AF518949

ഗ്രീൻ ബുക്സ്

**ബോൺസായി മരത്തണലിലെ ഗിനിപ്പന്നികൾ**

ബിജോ ജോസ് ചെമ്മാന്ത്ര

കോട്ടയം ജില്ലയിലെ കുമരകത്ത് ജനനം.
അമേരിക്കയിലെ മെരിലാന്റിൽ സ്ഥിരതാമസം.
ഐ.ടി. മേഖലയിൽ ജോലി ചെയ്യുന്നു.
ആനുകാലികങ്ങളിലും നവമാധ്യമങ്ങളിലും
കഥകളും ലേഖനങ്ങളും പ്രസിദ്ധീകരിച്ചിട്ടുണ്ട്.
മികച്ച ചെറുകഥയ്ക്കുള്ള പുരസ്കാരങ്ങൾ ലഭിച്ചിട്ടുണ്ട്.
Email: bijochemmanthara@gmail.com

കഥ

# ബോൺസായി മരത്തണലിലെ ഗിനിപ്പന്നികൾ

ബിജോ ജോസ് ചെമ്മാന്ത്ര

ഗ്രീൻബുക്സ്

green books private limited
gb building, civil lane road, ayyanthole,
thrissur- 680 003, kerala, ph: +91 487-2381066, 2381039
website: www.greenbooksindia.com
e-mail: info@greenbooksindia.com

branches:
thrissur 0487-2422515
thiruvananthapuram 0471-2335301
calicut 0495 4854662

*malayalam*
**bonsayi marathanalile ginippannikal**
*story*
by
bijo jose chemmanthra

published august 2023

cover painting : kavithabhama p.v.
cover design : s. mahendra

printed in india
manipal technologies ltd

isbn : 978-81-19486-08-3

---



₹ 170.00
GBPL/1305/2023

## സമർപ്പണം

പ്രക്ഷുബ്ധമായ വൻതിരകളെ ആഴക്കടലിന്റെ
ശാന്തതയിൽ ഒളിപ്പിച്ച
സൗമ്യനായ പിതാവിന്...

## ഉള്ളടക്കം

# ആമുഖം

**ഓ**രോ ജീവിതവും ഒരു കാലത്തിനപ്പുറത്തേക്ക് വെറും കഥകൾ മാത്രമാണ്. പുഞ്ചിരിയും തേങ്ങലും മൗനവും വിസ്മയവുമൊക്കെ കൂടിച്ചേരുന്ന വിചിത്രമായ കഥകൾ. ജീവിതയാത്രയിൽ കണ്ടതും കേട്ടതും മനസ്സിൽ അങ്കുരിച്ചതും അനുഭവിച്ചതുമൊക്കെ ഭാവനയുടെ ഉലയിലൂതി അക്ഷരചിത്രങ്ങളാക്കാനുള്ള എളിയ ശ്രമം മാത്രമാണ് ഈ സമാഹാരത്തിലുൾപ്പെടുത്തിയിട്ടുള്ള പന്ത്രണ്ട് കഥകൾ. ഇവ കഴിഞ്ഞ പന്ത്രണ്ട് വർഷത്തിൽ പലപ്പോഴായി എഴുതിയതാണ്. പല കഥകളും ആനുകാലികങ്ങളിലും നവമാധ്യമങ്ങളിലും പ്രസിദ്ധീകരിച്ചിട്ടുള്ളതാണ്.

എഴുത്തിന്റെ വഴിയിലൂടെ നടക്കുവാൻ എനിക്ക് ഊർജ്ജം പകർന്നത് ഈ കഥകൾ വായിച്ച് അഭിപ്രായങ്ങൾ അറിയിച്ച പ്രിയ വായനക്കാരാണ്. ജീവിതത്തിൽ വൈവിധ്യവും വിഭിന്നവുമായ അനുഭവങ്ങളുടെ ഇഴകൾ ചേർത്തുവെച്ചവരോടുള്ള നന്ദി നിസ്സീമമാണ്. സ്നേഹത്താൽ വീർപ്പുമുട്ടിച്ചവരോടും മൗനംകൊണ്ട് ചിന്തിപ്പിച്ചവരോടും നോവിന്റെ കനലിലേക്ക് തള്ളിവിട്ടവരോടും കടപ്പെട്ടിരിക്കുന്നു.

എഴുതാൻ തുടങ്ങിയ കാലത്തുതന്നെ ആത്മവിശ്വാസം പകർന്ന ആരാധ്യനായ എഴുത്തുകാരൻ ശ്രീ. പെരുമ്പടവത്തോട് നന്ദി പ്രകാശിപ്പിക്കുന്നു. ജീവിതത്തിരക്കിനിടയിലും ഇതിന് അവതാരിക എഴുതിത്തരാൻ സന്മനസ്സു കാണിച്ച ബഹുമാന്യരായ ഡോ. എം.വി. പിള്ളയോടും ഡോ. പി.എസ്. രാധാകൃഷ്ണനോടുമുള്ള സീമാതീതമായ നന്ദി വെറും വാക്കുകളിൽ ഒതുക്കാവുന്നതല്ല. എന്റെ ആദ്യകഥതന്നെ ഏറ്റവും മികച്ച ചെറുകഥയായി തിരഞ്ഞെടുത്ത ജനനി മാഗസിനും പിന്നീട് മറ്റ് കഥകൾക്ക് പുരസ്കാരങ്ങൾ തന്നു പ്രോത്സാഹിപ്പിച്ച വിവിധ സമിതികളും സംഘടനകളും എന്നിലെ എഴുത്തുകാരന് നല്കിയ

പ്രചോദനം വളരെ വലുതാണ്. ഇതോടൊപ്പംതന്നെ ഇതിന്റെ പ്രസാധന ചുമതല വഹിക്കാൻ സന്നദ്ധമായ ഗ്രീൻ ബുക്സിന് കൃതജ്ഞത രേഖപ്പെടുത്തുന്നു.

എന്റെ ആദ്യകഥാസമാഹാരം സഹൃദയകരങ്ങളിൽ വിനീതമായി സമർപ്പിക്കുന്നു.

**ബിജോ ജോസ് ചെമ്മാന്ത്ര**

# സമകാലിക മലയാള ചെറുകഥയിലെ സംക്രമസന്ധ്യകൾ

ഡോ. എം.വി. പിള്ള MD

ഋതുഭേദങ്ങളുടെ ആവർത്തനം പോലെ ശരത്കാലവും ശിശിരവും വസന്തവും മലയാള സാഹിത്യത്തിന്റെ വിവിധ ശാഖോപശാഖകളിൽ മാറിമാറി വരുമ്പോഴും നിത്യവസന്ത മായി നിലനിൽക്കുന്ന വിസ്മയമാണ് നമ്മുടെ ചെറു കഥകൾ. നോവലിലൂടെയും രമ്യോപന്യാസങ്ങളിലൂടെയും സ്വന്തം സർഗ്ഗാത്മകത വിളിച്ചറിയിച്ച ഒട്ടേറെ പ്രതിഭാധ നർ പിൽക്കാലത്ത് അവരുടെ തട്ടകം കണ്ടെത്തിയത് ചെറുകഥയുടെ ശാദ്വലഭൂമികയിലായിരുന്നു. തുടക്കത്തിലേ ചെറുകഥയിൽ മാത്രം ശ്രദ്ധ കേന്ദ്രീകരിച്ചു വിജയിച്ച ശ്രീ. ടി. പത്മനാഭൻ തന്റെ രചനകളെ കവിതയോട് പരമാവധി അടുപ്പിച്ചു നിർത്തി. ''ആത്മാവിൽ കവിത ഇല്ലാത്തവർ ചെറുകഥയെഴുതരുത്' എന്ന അദ്ദേഹത്തിന്റെ നിർദ്ദേശം ആധുനിക മലയാള ചെറുകഥയുടെ മാർഗ്ഗരേഖയായി അംഗീകരിച്ചവർ ഇന്ന് ധാരാളം.

ശ്രീ ബിജോ ജോസ് ചെമ്മാന്ത്ര മലയാള ചെറുകഥാ പ്രസ്ഥാനത്തിലെ 'ടി. പത്മനാഭൻ' സ്കൂളിൽനിന്നും പ്രശസ്ത വിജയം നേടിയ യുവസാഹിത്യകാരനാണെന്ന പ്രതീതി നൽകാറുണ്ടെങ്കിലും വ്യത്യസ്തമായ രചനാ സമ്പ്രദായങ്ങളിലൂടെ വേറിട്ടുനിൽക്കുന്നു. ശിൽപ്പഭദ്രതയും ഭാവുകത്വവും നിറഞ്ഞുതുളുമ്പുന്ന 12 കഥകളുടെ സമാ ഹാരമാണ് ഈ ഗ്രന്ഥം. സൂക്ഷ്മമായ രചനാശിൽപ്പം, രൂപ ഭാവഭദ്രത, നവീനത ഇവയൊക്കെ കോർത്തിണക്കി സൗന്ദര്യതൃഷ്ണ തിളങ്ങുന്ന ആഖ്യാനശൈലിയിലൂടെ ആവിഷ്കരിച്ചപ്പോൾ തന്റെ ആത്മാവിലുള്ള കവിത

തന്മയത്വത്തോടെ കഥകളായി വാർത്തെടുക്കാൻ ബിജോ ജോസിന് കഴിഞ്ഞിരിക്കുന്നു. സമകാലിക ജീവിത സമസ്യകളോടുള്ള തന്റെ ധൈഷണികമായ പ്രതികരണങ്ങളാണ് അദ്ദേഹത്തിന്റെ രചനാതന്ത്രത്തിന്റെ ശക്തിയും സൗന്ദര്യവും.

സാഹിത്യത്തിനുപയോഗിക്കാവുന്ന ഇതിവൃത്തങ്ങൾ ജീവിതത്തിൽ പരിമിതങ്ങൾ ആണെന്നും നാടകീയ മുഹൂർത്തങ്ങളുടെ ആവർത്തനങ്ങളാണ് ഒട്ടുമിക്ക രചനകളെന്നും ചൂണ്ടിക്കാട്ടിയത് പ്രശസ്ത ആംഗലേയ സാഹിത്യകാരൻ H.E Bates ആയിരുന്നു. (Modern short story, A critical survey, London). പക്ഷേ, ഓരോ കഥാകൃത്തും ഇത്തരം കഥാസന്ദർഭങ്ങളിൽ സ്വന്തം വ്യക്തിത്വം കൂടി കലർത്തി നവീനത സൃഷ്ടിക്കുമ്പോഴാണ് വ്യത്യസ്തമായ ഭാവുകത്വം ഉരുത്തിരിയുന്നത്. ഈ നിരീക്ഷണത്തിന്റെ മികച്ച ഉദാഹരണമാണ് 'പാപം ചെയ്യാത്തവർ' എന്ന കഥ. വിവാഹേതര ലൈംഗികതയ്ക്കായുള്ള ആൺ/പെൺ ആകർഷണം എത്രയോ കഥകളുടെ തന്തുവായി ആവിഷ്ക്കകരിക്കപ്പെട്ടിട്ടുണ്ടെങ്കിലും നവീനത പകർന്നുള്ള ആഖ്യാനരീതിയിലൂടെ ബിജോ നവ്യാനുഭൂതി സൃഷ്ടിക്കുന്നു.

മികച്ച അന്യാപദേശകഥയുടെ (Allegories) മാതൃകയാണ് 'ബോൺസായി മരത്തണലിലെ ഗിനിപ്പന്നികൾ'. മാനവികതയും ദീനാനുകമ്പയും രൂപകങ്ങളുടെയും ഉപമകളുടെയും ഹൃദ്യമായ അന്യാപദേശകഥയുടെ ചാരുതയേന്തിനിൽക്കുന്ന ഈ കഥ ഈ സമാഹാരത്തിലെ ഏറ്റവും മികച്ചതായി തോന്നി. 1932 മുതൽ 1972 വരെ അമേരിക്കയിലെ അലബാമയിൽ മനുഷ്യപരീക്ഷണങ്ങളുടെ അധാർമ്മികത വിളിച്ചറിയിച്ച ക്രൂരമായ ജനവഞ്ചനയായിരുന്നു ടസ്കീജി സിഫിലസ് പഠനങ്ങൾ. പരീക്ഷണത്തിന്റെ വിശദാംശങ്ങൾ മറച്ചുവെച്ച് നിർദ്ധനരും നിരാലംബരുമായ കറുത്ത വർഗ്ഗക്കാരെതിരെയുള്ള കൊടിയ അപരാധമെന്നുള്ളതിനുപരി വിശ്വമാനവികതയെ നിഷ്കരുണം അവഗണിച്ചതിലുള്ള ദുഷ്പേരും ഈ പരീക്ഷണങ്ങൾ ചരിത്രത്തിൽ കറുത്തമഷിയേന്തി നില്ക്കുന്നു. സമസൃഷ്ടങ്ങളെ വെറും ഗിനിപിഗ്ഗുകളാക്കി ഹോമിച്ചു. ഈ പരീക്ഷണത്തിന്റെ സർഗ്ഗാത്മക ആവിഷ്കാരമാണ് 'ബോൺസായി മരത്തണലിലെ ഗിനിപ്പന്നികൾ'.

ഇടുങ്ങിയ മനസ്സുള്ള ഗവേഷകർ ബൗദ്ധിക വരൾച്ച മുരടിച്ച ബോൺസായി മരങ്ങളായും ശാസ്ത്രജ്ഞരെന്ന കപട വളർച്ച ദ്യോതിപ്പിക്കുന്ന ഭ്രമാത്മക വളർച്ചയിൽ തലകിഴുക്കാംപാടായി തൂങ്ങിക്കിടക്കുന്ന വവ്വാലുകൾക്കിടയിൽ, നിഷ്കളങ്കരായി വാഴുന്ന ഗിനിപ്പന്നികളും ശക്തമായി പ്രതീകവൽക്കരിക്കപ്പെട്ട ബിംബങ്ങളാണ്.

ഹാസ്യാത്മക സാമൂഹ്യവിമർശനം ഉൾക്കൊള്ളിച്ചു സറ്റയർ സമ്പ്രദായത്തിലെഴുതിയ 'വൈകിയെത്തിയ മഴ' ഇന്ന് ജനാധിപത്യ സംവിധാനങ്ങളിൽ പടർന്നുകയറുന്ന മൂല്യച്യുതിയുടെ സാർവ്വദേശീയത വിളിച്ചറിയിക്കുന്നു.

പന്ത്രണ്ട് ചെറുകഥകളിൽ മൂന്നെണ്ണം എടുത്തു പറഞ്ഞത് വ്യതസ്തപ്രമേയങ്ങൾ മികവുറ്റ രൂപഭദ്രതയാൽ അണിയിച്ചൊരുക്കുവാൻ കഥാകൃത്തിനുള്ള വൈഭവം ചൂണ്ടിക്കാണിക്കാൻ മാത്രമാണ്. എല്ലാ കഥകളും സമകാലിക മലയാള ചെറുകഥയുടെ നവീനഭാവുകത്വം അണിഞ്ഞു നിൽക്കുന്നു.

യാഥാതഥ്യത (Realism) കൊടികുത്തിവാണ ഒരു കാലഘട്ടത്തിലെ രചനാരീതിയിൽനിന്നും ഭിന്നമായി യഥാതഥമല്ലാത്ത സമകാലിക ജീവിതാനുഭവങ്ങൾ ഇന്നത്തെ മികച്ച ചെറുകഥാകൃത്തുക്കളെ റിയലസത്തിൽനിന്നും അകറ്റിയിരിക്കുന്നു. ആധുനിക കാലയാഥാർത്ഥ്യങ്ങൾ ഒരുതരം നിർവ്വചനങ്ങൾക്കും വഴങ്ങുന്നില്ല. സമകാലീന യാഥാതഥ്യത (Contemporary Realism) സാമ്പ്രദായിക ആഖ്യാനത്തിലൂടെ ആവിഷ്കരിക്കാനും സാധ്യമല്ല. യാഥാർത്ഥ്യങ്ങളേയും സങ്കൽപ്പനങ്ങളെയും ഇടകലർത്തി ഒരു പുതിയ രചനാരീതി ഉരുത്തിരിയുന്നതും അങ്ങനെയാവണം. മിത്തും രൂപകങ്ങളും അന്യാപദേശകകഥകളുടെ മാതൃകയുമൊക്കെ കൂട്ടിയിണക്കി സമകാലീന യാഥാതഥ്യത അവതരിപ്പിക്കുന്ന രചനാകൗശലം ബിജോ ഹൃദ്യമായി വശത്താക്കിയിരിക്കുന്നു. കഥയിലെ ഈ പ്രവാഹം ഇനിയും തുടരുമെന്ന് തീർച്ച. ഒട്ടൊക്കെ നിരാശാജനകവും വന്യവും പ്രവചനാതീതവുമായ മനുഷ്യജീവിതം അവതരിപ്പിക്കുവാൻ ആധുനിക ചെറുകഥാകൃത്തുക്കൾ രചനയുടെ പുതിയ തീരങ്ങളിലേക്കുള്ള പ്രയാണം ഇനിയും തുടരും. അവരുടെ മുൻനിരയിൽ തന്നെയാവും ബിജോ ജോസ് ചെമ്മാന്ത്രയുടെ സ്ഥാനവും. ■

അവതാരിക

# ഋതുസഞ്ചയത്തിലെ ഇടത്താളുകൾ

ഡോ. പി.എസ്. രാധാകൃഷ്ണൻ

പ്രവാസ സാഹിത്യം ഇന്നിപ്പോൾ ജനുസ്സായി(Genre) മാറിയിരിക്കുന്നു. സാഹിത്യത്തിന്റെ വിവിധ വിതാനങ്ങളിലൂടെ ഇവ സഞ്ചരിച്ചു തുടങ്ങിയിരിക്കുന്നു. ഒരു കാലത്ത് ഗൾഫ് ജീവിതത്തിന്റെ ഏകാന്തതകളിലൂടെ അവ സഞ്ചരിച്ചു. സ്വത്വം നഷ്ടമാകാതിരിക്കാനുള്ള വീണ്ടെഴുത്തുകൾ തുടക്കത്തിലേയുണ്ട്. നാടും വീടും വിട്ട് കടല് കയറി മരുഭൂമി പൊന്നാക്കിയത് പിന്നീട് ചരിത്രമായി. പിന്നെ ചരിത്രം (History) കഥാനകമായി(His-story). കഥകളും ആത്മകഥനവും കാവ്യനൊമ്പരങ്ങളും അതിജീവനഭാഷണവും ക്രമേണ സാഹിത്യത്തിന്റെ വഴികളിലേക്ക് മാറുകയായിരുന്നു. അവയുടെ പ്രതിഫലനങ്ങൾ തലമുറകളിലൂടെ ജൈവമായി. ലിംഗനിയന്ത്രണങ്ങൾ അതിവർത്തിക്കുന്ന രചനകളുടെ സജീവത എൺപതുകളിൽ കാണാനാകും. രണ്ടായിരത്തോടെ കൂടുതൽ ഊർജ്ജസ്വലമായി. ഇവരുടെ കഥകളും നോവലുകളും ജീവിത രചനകളും വിപണിയിൽ ഒന്നാമതാണ്. രചനയുടെ താളുകളിൽ വെമ്പുന്നത് സ്വദേശ ഭാഷണമല്ല. അവർ വീണ്ടെടുത്തത് തനതായ സ്വാതാത്മ കതയാണ്.

പൗരസ്ത്യ നാടുകളിൽ മാത്രമല്ല യൂറോപ്പിലും തെക്ക് വടക്കനമേരിക്കയിലും ഇവയുടെ തുടർച്ചകൾ ഉണ്ട്. ആത്മവത്തയുടെ സംഘർഷങ്ങൾ ആഖ്യാനങ്ങളിലേക്ക് വഴുതി മാറുകയായിരുന്നു. അവിടെ വിഷയമാകുന്നത് 'ഇടമാണ്'. അവരുടെ സന്ദിഗ്ദ്ധതകൾ മറുനാട്ടിൽ സാഹിത്യമായി രൂപാന്തരപ്പെടുന്നു. 'ഇടം'സങ്കീർണമായ വിഷയമാണ്.

നിലനിൽപ്പ് എവിടെ?, എങ്ങനെ? എന്ന ചോദ്യം ഇവരെ അസ്വസ്ഥമാക്കുന്നു. വിഭിന്നമായിത്തീരുന്ന ഇടത്തിൽ നില നിൽപ്പ് സാധുവാകുന്നതെങ്ങനെയെന്നത് ഇപ്പോഴും പ്രശ്ന മാണ്. ഇരട്ടിപ്പ് ഒരർത്ഥത്തിൽ ജനിച്ച നാടും ജീവിക്കുന്ന നാടും തമ്മിലുള്ള സംഘർഷണത്തെയാണ് ഓർമ്മപ്പെടു ത്തുന്നത്. ഇവിടെ 'ഓർമ്മ' വിഷയമാകുന്നു.അവ ഫാന്റ സിയുടെയും (fantacy) വിഭ്രാന്തിയുടെയും നൈരാശ്യ ത്തിന്റെയും ഏടുകളിലൂടെ വേറിട്ട ഇടങ്ങളിലേക്ക് ചേക്കേ റുകയാണ്.

പ്രവാസത്തിന്റെ വഴിത്താരകൾ നാടിന്റെ സാമ്പത്തിക രാഷ്ട്രീയ ബന്ധങ്ങളുമായി ചേർന്ന് നിൽക്കുന്നതാണ്. പലപ്പോഴും ആ രാഷ്ട്രത്തിലേക്ക് കുടിയേറുന്നവരുണ്ട്. ജോലിക്കായി വന്നവരുണ്ട്. പലായനം ചെയ്യുന്നവരും രഹസ്യസഞ്ചാരികളുമായി വ്യത്യസ്ത നാടുകളിൽനിന്ന് വന്നവർ അപരിചിത രാഷ്ട്രത്തിന്റെ ഭാഗമായി മാറുന്നതും കാണാനാകും. 2.6 ദശലക്ഷം മലയാളികളാണ് അമേരിക്ക യിൽ താമസിക്കുന്നത് ഇന്ത്യ കൂടാതെ ബംഗ്ലാദേശ്, വിയറ്റ്നാം, ഫിലിപ്പൈൻസ്, പാകിസ്ഥാൻ, ഈജിപ്ത് തുടങ്ങിയ പൗരസ്ത്യനാടുകളും കൊളംബോ, എത്യോപ്യ, ഖാനാ, മെക്സിക്കോ, മൊറോക്കോ, നൈജീരിയ തുടങ്ങി യവയും ചേരുന്നതാണ് അമേരിക്കയിലെ പ്രവാസി ലോകം. അത്രത്തോളം ജനസാന്ദ്രതയും വൈവിധ്യവും വൈരുദ്ധ്യ ങ്ങളും ഉള്ള രാഷ്ട്രമാണ് അമേരിക്ക. അവരുടെ കഥയും കവിതയും ജീവിത എഴുത്തുകളും സംസാരിക്കുന്നത് അപരപക്ഷത്തു നിന്നുകൊണ്ടാണ്. തന്നിടങ്ങളിൽ നിന്ന ടർന്നു വീഴുന്ന സ്വത്വാന്വേഷണ കഥയായും നോവലായും ആത്മകഥയായും യാത്രാവിവരണമായും ഇവർ പോയ കാലത്തെ വീണ്ടെടുക്കുന്നു

മങ്ങൂഴത്തിലായിരുന്ന അമേരിന്ത്യൻ സാഹിത്യം ഇന്ന് കൂടുതൽ വെളിച്ചപ്പെട്ടു കഴിഞ്ഞു. യാത്രാവിവരണത്തി ന്റെയും അനുഭവത്തിന്റെയും സാഹിത്യത്തിന്റെയും പ്രരൂപ ങ്ങൾ വാക്കിലും എഴുത്തിലും നിറസാന്നിദ്ധ്യമായി. അമേരി ന്ത്യൻ സാഹിത്യം സജീവമായി കഴിഞ്ഞു. ബിജോ ജോസ് ചെമ്മാന്ത്രയുടെ കഥകൾ ഇത് വ്യക്തമാക്കുന്നു. ഭൂപ്ര കൃതിയുടെയും മനുഷ്യാവസ്ഥയുടെയും ഋതുഭേദങ്ങൾ സൂക്ഷ്മമായി അനുഗമിക്കുന്ന ആഖ്യാനശൈലിയാണ്

ബിജോ ചെമ്മാന്ത്രയുടേത്. ശീതകാലവും വേനൽക്കാലവും ശരത്ക്കാലവും വസന്തകാലവും ആഖ്യാനത്തിന്റെ ഇടനാഴികളിൽ വന്നുപോകുന്നു. പ്രണയവും പരിസ്ഥിതിയും അപസർപ്പണവും ഇടകലരുന്ന രചനകളിലൂടെയാണവ നീങ്ങുന്നത്. കാല്പനികവും സാങ്കല്പികവും ആത്മകഥാപരവുമായി അവയുടെ പുതുവഴികളിലേക്കാണ് കഥാകൃത്ത് സഞ്ചരിക്കുന്നത്. ഭ്രമകല്പന, വിഭ്രാന്തി, സംത്രാസം, നിരാസം, വിസ്മയം തുടങ്ങിയ ഭാവകല്പനകൾ രചനയ്ക്ക് മാറ്റുകൂട്ടുന്നു.

ബിജോയുടെ കഥകളെ രണ്ടായി തിരിക്കാവുന്നതാണ്. ആദ്യത്തേത്, അമേരിക്കൻ കാലവുമായി കൂടിച്ചേർന്നുപോകുന്നതാണ്. അടുത്തതാവട്ടെ, അമേരിന്ത്യൻ ഭാഷണങ്ങളാണ്. അതിൽ നാട്ടനുഭവങ്ങൾ ഏറെ. 'ന്യൂയോർക്ക്' കഥകളിലെ വിഷയങ്ങളിൽ ശീതകാലവും ശരത്കാലവും വസന്തകാലവും ഒറ്റവാക്കിൽ ആഖ്യാനത്തെ കാല്പനികമാക്കുന്നു. നീണ്ട വാക്യഘടന വായനക്കാരിൽ ആകാംക്ഷ ഉണർത്തുന്നതാണ്. രൂപകവും (Metaphor), അമൂർത്തതയും (Abtsract) മനോകല്പനയും ഇതിനെ സാധുവാക്കുന്നു. മഞ്ഞും മഴയും കാടും ഇലകളും മരങ്ങളും നിഴലുകളുമൊക്കെ ഇടകലരുന്ന ആഖ്യാനവൈവിധ്യം കഥകളിൽ പ്രതിഫലിക്കുന്നുണ്ട്. 'വൈകിയെത്തിയ മഴ', 'മഞ്ഞൊഴിയാത്ത വീട്', 'ഇലപൊഴിക്കാത്ത മരങ്ങൾ', 'തിമിരക്കണ്ണിലെ ദൂരക്കാഴ്ചകൾ', 'വഴിമാറിയ നിഴലുകൾ' തുടങ്ങിയവയിൽ മഞ്ഞും മഴയും കഥയായും കഥാപാത്രമായും ആഖ്യാനത്തിൽ അരിച്ചിറങ്ങുന്നു. കാഥികൻ ഇവിടെ കഥാപാത്രമായി മാറുന്നു. കഥാപാത്രം കാഥികനുമാകുന്നു. അനുഭവങ്ങളുടെ തണുപ്പിനൊപ്പം നിർവികാരതയുടെ ഊഷരതയും ഇതിലുണ്ട്. മഞ്ഞും മഴയും കഥാപാത്രങ്ങൾക്ക് സമാന്തരമായി സഞ്ചരിക്കുന്നു.

'മഞ്ഞൊഴിയാത്ത വീട്' ദുരൂഹതയെയും അപസർപ്പകതയെയും ഓർമ്മപ്പെടുത്തുന്നതാണ്. പെയ്തുകൊണ്ടേയിരിക്കുന്ന മഞ്ഞ് ആഖ്യാനത്തിലുടനീളം ഉണ്ട്. കേൾവിക്കാരനായ കാഥികനും അപരനായ ആഖ്യാതാവും തമ്മിലുള്ള ഭാഷണങ്ങളിൽ മഞ്ഞും മഴയും മരണവും വിഷയമാകുന്നു. അവ മഞ്ഞിനെ സംഗീതമാക്കുന്നു. തുടർന്ന് ഏകാന്തതയുടെയും വിഭ്രാന്തിയുടെയും തലങ്ങളിലേക്ക്

തിരിയുന്നു, ഫാന്റസിയുടെ സൂക്ഷ്മസ്പർശങ്ങൾ ഇവയെ തീക്ഷ്ണമാക്കുന്നു. കൊടുമഞ്ഞുവീഴ്ചയുള്ള ദിനങ്ങളിൽ ജനാലയ്ക്കപ്പുറം ചില രൂപങ്ങൾ തന്റെ ഭാര്യയ്ക്ക് കാണാനാകുന്നുണ്ടെന്ന് അപരനായ പാട്രിക് പറയുന്നുണ്ട്.

*''ഈ മഞ്ഞ് ക്രമേണ ഞങ്ങളുടെ ഇടയിൽ പടർന്ന് ഞങ്ങളുടെ കാഴ്ചകളെ മറയ്ക്കുകയായിരുന്നു. എനിക്ക് എന്നേ ഉറക്കം നഷ്ടപ്പെട്ടു. പൂർവകാല ഓർമ്മകളുടെ കുരുക്കിൽപെട്ട് ശ്വാസം മുട്ടുമ്പോൾ നിദ്രപോലും ഭയന്ന് മാറി നിൽക്കും.''*

വർത്തമാനത്തിൽനിന്ന് ഭൂതകാലത്തിലേക്കുള്ള നോട്ടപ്പാടുകൾ അറിവിന്റെ ചിഹ്നംകൂടിയാണ്. ഏകാകിത അയാളിൽ ഉണർത്തുന്നത് വിഷാദവും മൃത്യുസാക്ഷാത്കാരവുമാണ്. 'വഴിമാറിയ നിഴലുകളിൽ' വർണപ്പകിട്ടുള്ള ചിത്രശലഭങ്ങളും മഞ്ഞുവീഴ്ചയും അവിടെ സമ്മേളിക്കുന്നു. *''പണ്ടെങ്ങോ മിന്നിമറഞ്ഞ വർണ്ണച്ചിറകുള്ള ചിത്രശലഭങ്ങൾ ഉദരത്തിലൂടെ പറക്കുന്നു. നനവാർന്ന ചുണ്ടിൽ പതിഞ്ഞ നിശ്വാസത്തിന്റെ ചൂട് ശരീരമാകെ പടരുന്നു.''* അമേരിക്കൻ ശീതകാലത്ത് പനിച്ചിരിക്കുമ്പോഴും മഞ്ഞുതുള്ളിയുടെ സൂക്ഷ്മതകളെ കഥാഭാഷണത്തിലേക്ക് വീണ്ടെടുക്കുവാനാണ് ബിജോ നോക്കുന്നത്.

സംത്രാസത്തിന്റെയും നൈരാശ്യത്തിന്റെയും കഥാനകങ്ങളിൽ ഒളിച്ചുകടത്തിയിരിക്കുന്നത് വംശീയപ്രശ്നങ്ങളും നിറത്തിന്റെ ചർച്ചയുമാണ്. പന്നികളും മനുഷ്യനുമായുള്ള സമാന ബന്ധത്തിന്റെ കൂട്ടായ്മ ഇതിലുണ്ട്. കാക്കനാടന്റെ 'ആൾവാർ നഗരത്തിലെ പന്നികൾ' എന്ന കഥയിലെ ഒരു പരാമർശം ഇങ്ങനെ: ''പന്നികളെ മനുഷ്യനുമായി താരതമ്യപ്പെടുത്തരുത്. അത് പന്നികൾക്ക് അപമാനമാണ്.'' ഇവിടെ പന്നികളും മനുഷ്യവംശീയതും തമ്മിലുള്ള ചരിത്രസംഭാഷണമാണുള്ളത്. വെളുപ്പിനും കറുപ്പിനും ഇടയിലെ വിഭാഗീയതയുടെ രാഷ്ട്രീയം രൂപകാത്മകമായി ഇവിടെ അവതരിപ്പിക്കുന്നു. ശുദ്ധമായ ആര്യരക്തവംശത്തെ ഉണർത്തിയെടുക്കുവാൻ മനുഷ്യരെ പരീക്ഷിക്കുകയും ഉപയോഗിക്കുകയും ചെയ്ത നാസി കാലത്തെ 'ബോണസായി മരത്തണലിലെ ഗിനിപ്പന്നികൾ' ഓർത്തെടുക്കുന്നുണ്ട്. ആഫ്രോ–അമേരിക്കൻ വർഗ്ഗക്കാരിൽ ലൈംഗിക രോഗാണുക്കൾ കുത്തിവെച്ച പരീക്ഷണത്തെ ഇവർ വെളിപ്പെടുത്തുന്നുണ്ട്.

രക്തശുദ്ധിയുടെയും അശുദ്ധിയുടെയും വിഭ്രാന്തികളി ലൂടെ സഞ്ചരിച്ച വംശീയ ചരിത്രത്തെയാണ് പന്നികൾ സംസാരിക്കുന്നത്. പന്നികൾക്കും മനുഷ്യർക്കുമിടയിലുള്ള വ്യത്യാസം അവരിൽ ആഴ്ന്നു നിൽക്കുന്ന വംശീയ ബോധ മാണ്.

*"സഹതപിക്കേണ്ട... നിങ്ങളുടെ കാര്യം ഇതിലും കഷ്ടമാണ്. ഭരണകൂടങ്ങളുടെ ഗിനിപ്പന്നികളായി മനുഷ്യ ജാതി മാറുകയല്ലേ. മതമൗലിക വാദികളുടെ വർഗീയ വിഷം കുടിച്ചു നിങ്ങളൊക്കെ എന്നേ മൃതപ്രായരായി"* എന്ന വാക്യം ഇക്കാലത്തും നിലനിൽക്കുന്ന മാനവ കുരുതിയെയാണ് ചോദ്യം ചെയ്യുന്നത്. എന്തായാലും മനുഷ്യരാവാൻ അവർ ആഗ്രഹിക്കുന്നില്ലെന്നത് തീർച്ച.

മനുഷ്യനും മൃഗവുമായുള്ള സമാനതകളിലേക്കാണ് 'വേട്ടയ്ക്കിറങ്ങിയ മാനുകൾ' നീങ്ങുന്നത്. മാനുകൾ ഇവി ടെയും രൂപകമായി മാറുന്നു. മനുഷ്യനിൽ നിന്നും എത്ര ത്തോളം അവ അകന്നു പോകുന്നുവെന്ന ചിന്ത ഒരു ഭാഗത്ത്; മറ്റൊരിടത്ത് മൃഗവുമായി ആത്മീകരിക്കാനുള്ള മനുഷ്യവാസന. ഇവയ്ക്കിടയിലൂടെയാണ് ആഖ്യാനം സങ്കീർണമാകുന്നത്.

*"അയാളുടെ മനസ്സിൽ നിറഞ്ഞ കാർമേഘങ്ങൾക്കിട യിലൂടെ പെട്ടെന്ന് ഓർമ്മയുടെ മിന്നൽപിണരുകൾ പാഞ്ഞു. ഒരു ഒഴിവുകാലത്ത് കുടുംബവുമായി രാത്രി വളരെ വൈകി മടങ്ങവേ റോഡുമുറിച്ചു കിടന്ന മാനുകളെ അതിവേഗത യോടെ വന്ന തന്റെ കാറിടിച്ചപ്പോൾ അവ ചിതറിയോടി യതും അതിലൊരു മാൻ ചില്ലുകൾ തകർത്ത് കാറിന്റെ മുൻ സീറ്റിലിരുന്ന മകന്റെ ശരീരം തകർത്തതും ആ വെളിച്ച ത്തിൽ മിന്നിമറഞ്ഞു. തന്റെ കൈയിൽ മുറുകെപ്പിടിച്ചു കൊണ്ട് അവസാനമായി മകൻ തന്നെ ദയനീയമായി നോക്കി വിതുമ്പിയിരുന്നു."* സ്വപ്നത്തിന്റെയും വിഷാദ ത്തിന്റെയും കണ്ണികൾ മനുഷ്യനിൽനിന്നും മാനുകളി ലേക്കാണ് നീങ്ങുന്നത്. അവർക്കിടയിലെ ബന്ധങ്ങളിൽ വേദനയും കുറ്റബോധത്തിൽ ചാലിച്ച വാത്സല്യത്തിന്റെയും സംഘർഷവുമാണുള്ളത്.

ബഹുജനത്തെ നയിക്കുന്ന രാഷ്ട്രീയ സംസ്കാര ത്തിലെ പുഴുക്കുത്തുകൾ തിരഞ്ഞെടുക്കാനും ബിജോ ശ്രദ്ധിച്ചിട്ടുണ്ട്. പാർട്ടിക്കായി വേതനമില്ലാതെ അകമഴിഞ്ഞ്

ജോലിചെയ്തിരുന്ന ഒരു കാലം ഓർമ്മയായി മാറിക്കഴിഞ്ഞു. അതിന്റെ ഇരയാണ് 'വൈകിയെത്തിയ മഴ'യിലെ കുമാരൻ. രാഷ്ട്രീയ യോഗങ്ങളിൽ സജീവം ആകുകയും കൊടിതോരണങ്ങൾ തൂക്കുകയും പിന്നീടവ അഴിച്ചുവെയ്ക്കുകയും പോസ്റ്റർ ഒട്ടിക്കുകയും ജാഥകളിൽ നിറഞ്ഞുനിൽക്കുകയും ചെയ്യുന്നയാളാണ് കുമാരൻ. അതെ കുമാരൻ തന്നെ പ്രസ്ഥാനത്തിലെ മാഫിയ സംഘങ്ങളെയും അഴിമതിക്കാരെയും സംരക്ഷിക്കുന്നവർക്കെതിരെ പ്രതികരിക്കുന്നുണ്ട്. ഒരിക്കൽപോലും കൂലി ചോദിക്കാതെ കുമാരൻ തനിക്ക് തന്റെ ജോലിക്ക് വേതനം ഒരു ഘട്ടത്തിൽ ആവശ്യപ്പെടുന്നുണ്ട്. കുമാരന്റെ മനോനിലകളെ അയാളുടെ ഓർമ്മച്ചീളുകളിലൂടെ മിന്നിമറയുന്നതുപോലെ തോന്നും. ചീവീടുകളുടെ ഒച്ചയും കരിയിലയനക്കങ്ങളും മരങ്ങളുടെ മർമ്മരവും അയാളുടെ ചിന്തയെ സൂചിപ്പിക്കുന്നത്. അവയുടെ കരച്ചിലിൽ സംഗീതം ഉണ്ടെന്ന് അയാൾ മനസ്സിലാക്കുന്നു. രാഷ്ട്രീയ ജീർണ്ണതയിൽനിന്ന് സ്വതന്ത്ര മനുഷ്യനായി കുമാരൻ മാറുന്നതിന്റെ ശേഷിപ്പുകൂടിയാണിത്.

രാഷ്ട്രീയ ബോധത്തിനൊപ്പം പ്രണയഹർഷങ്ങളും കഥകളിലുണ്ട്. ചിത്രമെഴുത്തിലൂടെ പ്രണയവർണങ്ങളുടെ അനേകതകൾ രചനകളിൽ കാണാം. 'പ്രണയവർണ്ണങ്ങൾ' എന്ന കഥയിലെ 'ചിത്രമെഴുത്തുകാരന്റെ ആത്മഹർഷങ്ങളെയും അന്തസ്സംഘർഷങ്ങളേയും അനുരാഗങ്ങളിലൂടെയാണ് ചായം പൂശുന്നത്. പ്രണയത്തിന്റെ നിറഭേദങ്ങളെ അയാൾക്ക് തിരിച്ചറിയാനാകുന്നില്ല. കുറവുകൾ അവനേകുന്ന ഉന്മാദം അയാളിൽ കാമമായി കത്തിപ്പടരുന്നു. അത് തിരിച്ചറിയുന്നത് അയാളുടെ കൂട്ടുകാരിയാണ്. പ്രണയത്തിന്റെ ആഴങ്ങൾ തേടിയുള്ള പലായനമാണ് അയാളുടെ ചിത്രരചനയിലൂടെ തേടുന്നത്.

'കൊലുസ്സിട്ട പെൺകുട്ടി'യിലെ പ്രണയമുള്ള് ഒട്ട് സങ്കീർണമാണ്. പ്രേമത്തിന്റെ ഭാഷ അയാളുടെ മനോനിലകളെയാണ് സൂചിപ്പിക്കുന്നത്. സ്വരവും മണവും നടപ്പിലെ കിലുക്കങ്ങളും മങ്ങിമറയുന്ന ശ്വാസോച്ഛ്വാസവും അയാളിൽ പ്രണയമായി മാറുന്നു. അവ കിനാവുകൾക്ക് നിറവും താളവുമേകുന്നു. മഴയും മരവും പച്ചപ്പുകളും ജാലകങ്ങളുടെ വന്യഗന്ധവും ആണ് ആഖ്യാനത്തെ പരിചരിച്ചുപോരുന്നത്. പാരിസ്ഥിതികതയിലേക്ക് കഥാനകത്തെ

ആവാഹിക്കുന്ന ശൈലി ബിജോയുടെ രചനകളിലുണ്ട്. 'കടത്ത്' കടവും കടത്തും കടത്തുകാരനും അതിലിരിക്കുന്നവരും ഒക്കെ ചേരുന്ന ഒരിടമാണ്. കുട്ടിമത്സ്യങ്ങളും മഴക്കാറുകളും ആകാശവും ജന്തുജാലങ്ങളും കൂടി കലരുന്ന ലോകകാഴ്ചകളെയാണ് അയാൾ തേടുന്നത്. ആഖ്യാനത്തെ ജൈവമാക്കുന്ന ഇലകളും മരങ്ങളും മഞ്ഞുകണങ്ങളും കഥാപാത്രങ്ങളായി രൂപാന്തരപ്പെടുന്നു. ആടയാഭരണങ്ങൾ ഇവിടെയില്ല. എന്നാൽ വസ്ത്രത്തിന്റെ നിറങ്ങൾ ചിലപ്പോൾ നീലയോ പച്ചയോ വെളുപ്പോ കറുപ്പോ ആവാം. 'പാപം ചെയ്യാത്തവർ', 'തിരുശേഷിപ്പുകൾ' എന്നിവയിലിത് രൂപാന്തരപ്പെടുന്നു. 'പാപം ചെയ്യാത്തവരി'ലെ പ്രാവുകൾ നൈതികതയുടെ രൂപകമായാണ് പരിമളം പരത്തുന്നത്.

'തിമിരക്കണ്ണിലെ ദൂരക്കാഴ്ചകളി'ലെ പൂച്ചകളുടെ നീക്കങ്ങൾ സൂക്ഷ്മമായി പിന്തുടരുന്ന കഥാപാത്രത്തെ കാണാം. 'പൂച്ചകൾ ഉടമസ്ഥരെ അല്ല അത് ജീവിച്ചിരിക്കുന്ന സ്ഥലത്തെയാണ് സ്നേഹിക്കുക' എന്ന ഓർമ്മപ്പെടുത്തൽ മറ്റൊരു സൂചനയാണ്. പൂച്ചക്കുട്ടികളും ഇണപ്പക്ഷികളും ചേർന്ന് നിൽക്കുന്ന ഒരിടം അവിടെ രൂപപ്പെടുന്നു. 'വീട് വിടാനുള്ളതെന്നു' പഴമൊഴി. എന്നാലത് ആത്മഹർഷങ്ങളുടെയും പ്രണയോന്മാദത്തിന്റെയും ഇടം കൂടിയാണ്.

മനുഷ്യനും ജന്തുജാലങ്ങളുമൊക്കെ ചേരുന്ന ഇടമാണ് ബിജോയുടെ ലോകം. അവിടെ കാരുണ്യവും കാല്പനികതയും ശാന്തവുമാണ് കാണാനാവുക. പ്രകൃതിയുമായുള്ള ആത്മസംവാദങ്ങൾ രചനയ്ക്ക് മിഴിവേകുന്നു. മാനുകളും ഗിനിപ്പന്നികളും സാരമേയങ്ങളും പൂച്ചകളും പറവകളും കഥയിലെ രൂപകങ്ങളാകുന്നു. അവകളിലൂടെ ഭൂമിയുടെ അവകാശികളെ കഥകളിലേക്ക് വാർത്തെടുക്കുകയാണ്. ഒരർത്ഥത്തിൽ ജീവജാലങ്ങൾ മനുഷ്യന്റെ മറുപക്കത്തിലാണെന്നു കാണാം. ഇവർ പ്രതിനിധീകരിക്കുന്നത് കഥാപാത്രത്തെ തന്നെയാണ്. അയാളുടെ വൈകാരിക ചാഞ്ചല്യത്തിന്റെ ചിഹ്നങ്ങളായി ഇവയെ മനസ്സിലാക്കേണ്ടതുണ്ട്. നാടും നാട്ടാരും പ്രകൃതിയും ജീവജാലങ്ങളും കുടുംബവും ഇതിലേക്ക് കടന്നു വരുന്നു. ഇത് എഴുത്തുകാരന്റെ സ്വതന്ത്ര റിപ്പബ്ലിക്ക് ആണ്.

■

# മഞ്ഞൊഴിയാത്ത വീട്

**മ**ഞ്ഞ് പെയ്തുകൊണ്ടേയിരുന്നു.

ഗ്ലൗസിട്ട കൈകൊണ്ടു ജാക്കറ്റിലെ മഞ്ഞ് തട്ടിക്കളഞ്ഞശേഷം ഡോർബെല്ലടിച്ച് കതകു തുറക്കാൻ കാത്തുനിന്നിരുന്ന എന്നെ എതിർവശത്തെ വീടിനു മുമ്പിൽ കുട്ടികൾ മഞ്ഞുകൊണ്ട് തീർത്ത മനുഷ്യരൂപം നിർന്നിമേഷനായി നോക്കുന്നുണ്ടായിരുന്നു. പാതി യടർന്ന ശിൽപ്പമെന്നപോലെ നിന്ന അതിന്റെ കഴുത്തിൽ ചുറ്റിയി രുന്ന ചുവന്ന ഷാൾ ഇളക്കി കാറ്റ് അതിന് കുളിരുപകർന്നുകൊണ്ടി രുന്നു.

ലെറ്റർബോക്സിൽ നിന്നും കത്തുകളെടുക്കാൻ വിട്ടുപോയത് പെട്ടെന്നോർത്തു. ഈ മഞ്ഞത്ത് പോസ്റ്റുമാൻ വന്നിരിക്കാൻ വഴി യില്ല. അല്ലെങ്കിലും ഡ്രൈവേയിൽ മഞ്ഞു വീണുകിടക്കുന്നതിനാൽ അതുപോയെടുക്കുവാനും ബുദ്ധിമുട്ടാണ്.

വാതിൽ തുറന്നപ്പോൾ തണുത്ത കാറ്റിനോടൊപ്പം പറന്നെത്തിയ ഹിമകണങ്ങൾ ഭാര്യയുടെ മുഖം ചുളിപ്പിച്ചു.

''നശിച്ച ദിവസം... രാത്രീലും പെയ്യൂത്രേ. ന്യൂയോർക്കിലും ബോസ്റ്റണിലുമൊക്കെ രണ്ട് അടിക്ക് മേലെയായി.''

തലേരാത്രി തുടങ്ങിയ മഞ്ഞുവീഴ്ച ശക്തിയായി തുടരുന്നതി ലുള്ള അമർഷം മറച്ചുവെക്കാതെ അവൾ പുറത്തേക്ക് നോക്കി പിറുപിറുത്തു. 'സ്നോ പെയ്യാത്ത സ്ഥലത്തേക്ക് താമസം മാറ്റിയാൽ മതിയെന്ന്! പറഞ്ഞതല്ലേ' എന്നുള്ള പതിവ് കുറ്റപ്പെടുത്തൽ എന്തോ ഇന്നുണ്ടായില്ല.

വീട്ടിലേക്ക് തിരിയവെ വഴിയരികിൽക്കണ്ട കുതിരകളെക്കുറി ച്ചായിരുന്നു അപ്പോഴും എന്റെ ചിന്ത. നീലക്കണ്ണുകളുള്ള രണ്ടു വെള്ള ക്കുതിരകൾ. മഞ്ഞു പെയ്യുന്ന ഈ കൊടുംതണുപ്പിൽ അവയുടെ സാന്നിധ്യം എന്നിൽ ശരിക്കും ആശ്ചര്യമുളവാക്കിയിരുന്നു. ഇനി ഇവിടെ ആരെങ്കിലും കുതിരകളെ വളർത്തുന്നുണ്ടാവുമോ?

''കുതിരകൾക്ക് തണുക്കില്ലേ, ആരുടെയാ പുറത്ത് നിൽക്കുന്ന ആ കുതിരകൾ?'' എന്റെ ചോദ്യംകേട്ട് ഒന്നും മനസ്സിലാവാത്ത മുഖഭാവത്തോടെ ഭാര്യ എന്നെ തുറിച്ചുനോക്കി. ജനാലയിലൂടെ പുറത്തേക്ക് നോക്കി അവിടെ കുതിരകളൊന്നുമില്ലെന്ന് അവൾ പറഞ്ഞു.

സ്നോ നീക്കാൻ വരുന്ന മെക്സിക്കൻ പയ്യൻ ഇതുവരെ വന്നിട്ടില്ല. ഇങ്ങനെ മഞ്ഞു പെയ്തുകൊണ്ടിരുന്നാൽ നാളെ എങ്ങനെ കാർ ഇറക്കുമെന്ന ആശങ്ക എന്നെ അലട്ടി.

''ലോക്ക് വാങ്ങിയോ?'' അവൾ ചോദിച്ചു.

''ഈ മഞ്ഞത്തെങ്ങനെയാ, പിന്നെയാട്ടെ.'' കിടപ്പുമുറിയിലെ വാതിലിന് അകത്തുനിന്നും പൂട്ടാനുള്ള ലോക്കില്ലായിരുന്നു. ഈ വീട്ടിലേക്ക് താമസം മാറിയപ്പോൾത്തന്നെ അത് ശ്രദ്ധയിൽപ്പെട്ടതാണ്. ഭാര്യ പലപ്പോഴും ഓർമ്മിപ്പിച്ചിരുന്നുവെങ്കിലും എന്തോ അത് അത്ര അത്യാവശ്യമായി തോന്നിയിരുന്നില്ല.

ജാക്കറ്റ് തൂക്കുവാൻ ഹാങ്ങർ തിരയവേ, പുറത്തെ കൊടുംതണുപ്പിൽ വെള്ളം തണുത്തുറഞ്ഞ് പ്ലമ്പിംഗ് പൈപ്പുകൾ പൊട്ടുമോയെന്നുള്ള ചിന്ത എന്നെ മഥിക്കാൻ തുടങ്ങി.

''ഓ... പറയാൻ വിട്ടു. ഉച്ച കഴിഞ്ഞ് ഒരാൾ കാണാൻ വന്നിരുന്നു.'' അടുക്കളയിൽ നിന്നും ഭാര്യ ഉറക്കെ പറഞ്ഞു.

''ആരാ?''

മുറിയുടെ മൂലയിലെ ഏസിയുടെ വെന്റിനുള്ളിൽ നിന്നും വരുന്ന ചൂടുകാറ്റിൽ കാൽപാദങ്ങൾ കുറുകെ വെച്ചപ്പോൾ സുഖം തോന്നി.

''ഇവിടുത്തുകാരനാ. പേര് ചോദിക്കാൻ മറന്നു. പ്രായമുള്ള ഒരാളാ. ജോലിക്ക് പോയിരിക്കുവാണെന്ന് പറഞ്ഞപ്പോ വൈകുന്നേരം വരാമെന്നു പറഞ്ഞു.''

ആരാവും ഇപ്പോൾ തന്നെക്കാണാൻ ഇവിടെ വരാൻ? അതും ഒരു വെള്ളക്കാരൻ. ന്യൂയോർക്കിൽനിന്നും ചെറിയ ഈ ടൗണിലേക്ക് താമസം മാറ്റിയിട്ട് അധികനാളുകൾ ആയിരുന്നില്ല. ഇവിടെയാകട്ടെ പറയത്തക്ക പരിചയക്കാരുമുണ്ടായിരുന്നില്ല. മകൻ കോളേജിൽ ഉപരിപഠനത്തിന് പോയതിനു ശേഷമാണ് ഞാനും ഭാര്യയും ഇവിടേക്ക് താമസം മാറ്റിയത്. അല്ലെങ്കിൽ മകനെ തിരക്കി ആരെങ്കിലുമാണെന്ന് കരുതാമായിരുന്നു. അതോ, ഇനി മുൻപ് താമസിച്ചിരുന്ന സ്ഥലത്തുനിന്ന് ആരെങ്കിലും?

വേഷം മാറിക്കൊണ്ടിരിക്കവെ വീടിന് പുറകുവശത്തു ചാഞ്ഞു നിൽക്കുന്ന വലിയ മരം ഈ കൊടുംമഞ്ഞുവീഴ്ചയിൽ പുരയിലേക്ക് വീഴുമോയെന്ന ചിന്ത എന്നെ അലട്ടി. ഭാര്യയോട് കഴിഞ്ഞ ദിവസം

സൂചിപ്പിച്ചപ്പോൾ ആ മരം വീട്ടിൽനിന്നും ഏറെ മാറിയാണെന്നും എത്ര ശക്തിയായി കാറ്റ് വീശിയാലും വീഴില്ലെന്നും അവൾ ഉറപ്പിച്ചു പറഞ്ഞതാണ്. എന്നാലും?

തനിക്ക് അമിതമായ ഉൽക്കണ്ഠയാണെന്നും അത് രോഗമായി വളർന്നുവെന്നും അവൾ പറയാറുണ്ട്. അതിൽ കാര്യമുണ്ടാവുമോ?

ആരോ വാതിലിൽ ബെല്ലടിച്ചു. കതകു തുറന്നപ്പോൾ, മുട്ടിനോളം നീണ്ട കറുത്ത കോട്ടും തൊപ്പിയും ധരിച്ച ഏകദേശം അറുപത്തഞ്ച് വയസ്സോളം പ്രായം തോന്നിക്കുന്ന ഉയരമുള്ള ഒരാൾ. ക്ഷീണിത മായ ആ മുഖത്ത് വല്ലാത്തൊരു ആശങ്ക പ്രകടമായിരുന്നു. വെട്ടി യൊരുക്കിയ നരച്ച താടിയിൽ പറ്റിയിരുന്ന മഞ്ഞുകണങ്ങൾ, തന്റെ നീണ്ടുമെലിഞ്ഞ കൈകളാൽ തട്ടിക്കളഞ്ഞ് അയാൾ തൊപ്പിയൂരി അലസമായി പാറിക്കിടന്ന തലമുടിയിൽ വിരലുകളോടിച്ചു. അയാ ളുടെ പാതി കൂമ്പിയ കൺപോളകൾ കരുണ തേടുന്ന ഒരു തെരുവ് ബാലനെ ഓർമ്മിപ്പിച്ചു. പേര് അറിയാത്തതുകൊണ്ടാവാം അല്പം ജാള്യതയോടെ എന്നെ നോക്കി അയാൾ തലകുനിച്ചു. തണുപ്പു കൊണ്ട് അയാളുടെ ചുണ്ടുകൾ വിറയ്ക്കുന്നുണ്ടായിരുന്നു. ഹസ്ത ദാനം ചെയ്തപ്പോൾ ആ തണുത്തു ദുർബലമായ വിറയ്ക്കുന്ന കൈകൾ എന്റെ ഉള്ളംകൈയുടെ ചൂടിൽ പിടച്ചു.

''ഹലോ... ബുദ്ധിമുട്ടിച്ചതിൽ ക്ഷമിക്കണം. എന്റെ പേര് പാട്രിക്ക്. നിങ്ങൾ ഈ വീട് വാങ്ങുന്നതിന് മുൻപ് ഇവിടെ ഞാനും പത്നിയും വാടകയ്ക്ക് താമസിച്ചിരുന്നു. ഫോൺ നമ്പർ ഇല്ലാതിരുന്നതുകൊണ്ട് വരുന്ന കാര്യം നേരത്തെ ഒന്ന് വിളിച്ചുപറയാൻ കഴിഞ്ഞില്ല.''

അയാൾ ഇപ്പോൾ താമസിക്കുന്ന സ്ഥലത്തിന്റെ പേര് പറഞ്ഞെ ങ്കിലും അത് ഒട്ടും വ്യക്തമായിരുന്നില്ല. ഇംഗ്ലീഷ് ഒഴുക്കിൽ സംസാ രിച്ച അയാളുടെ ഉച്ചാരണം അമേരിക്കൻ ഉച്ചാരണരീതിയിൽനിന്നും വ്യത്യസ്തമായിരുന്നു.

''അതിനെന്താ... വാ.'' അയാളെ ഞാൻ വീടിനുള്ളിലേക്ക് ക്ഷണിച്ചു. ഷൂവിൽ പറ്റിപ്പിടിച്ചിരുന്ന സ്നോ തട്ടിക്കളഞ്ഞുകൊണ്ട് അയാൾ അകത്തേക്ക് കയറി, ഷൂ ഊരിവെച്ചു. വിന്റർ കോട്ടിന്റെ ബട്ടൻസിൽ പറ്റിപ്പിടിച്ച മഞ്ഞുകണങ്ങൾ ജലത്തുള്ളികളായി നിലത്തു വീണു ടഞ്ഞു.

കോട്ട് ഊരിത്തന്ന് മെല്ലെ സന്ദർശനമുറിയിലേക്ക് നടക്കുമ്പോൾ പാട്രിക്ക് പറഞ്ഞു. ''ക്ഷമിക്കണം കേട്ടോ. ഒരു മുന്നറിയിപ്പില്ലാതെ... നിങ്ങൾ... നിങ്ങൾ ഇന്ത്യയിൽ നിന്നാണല്ലേ?''

''അതെ.''

''ഞങ്ങളുടെ ഫാമിലി ഡോക്ടർ ശർമ്മയും ഇന്ത്യൻ വംശജ നായിരുന്നു. ഞാൻ ഐറീഷുകാരനാ. ചെറുപ്പത്തിൽ ജോലിക്കായി അമേരിക്കയിലെത്തി. ഈ മാസാവസാനം ഞാൻ അയർലെൻഡി ലേക്ക് തിരികെ പോകുന്നു. ഇനി മടങ്ങിവരുമോയെന്നറിയില്ല. അതു കൊണ്ടാണ് പോകുന്നതിനു മുമ്പ്...'' അയാളുടെ വാക്കുകൾ വിറ യലാർന്നിരുന്നു.

മുറിയിലേക്കുവന്ന എന്റെ ഭാര്യയെ കണ്ട് പാട്രിക്ക് കൈകൾ കൂപ്പി. ചായ എടുക്കട്ടെയെന്ന് അവൾ ചോദിച്ചെങ്കിലും വേണ്ടെന്ന അർത്ഥത്തിൽ അയാൾ തലയാട്ടി. സന്ദർശകന്റെ ആഗമനോദ്ദേശ്യം അറിയുവാനുള്ള ആഗ്രഹം എന്നെപ്പോലെതന്നെ ഭാര്യയ്ക്കുമുണ്ടെന്ന് അവളുടെ മുഖഭാവം വ്യക്തമാക്കി.

''ഇപ്പോ ഇവിടെ വരാൻ?'' ഞാൻ ചോദിച്ചു.

''ഒരു ഐറിഷ് പഴമൊഴിയുണ്ട്. നിങ്ങളുടെ ഹൃദയമെവിടെയോ അവിടേക്കാവും പാദങ്ങൾ നിങ്ങളെ നയിക്കുക.'' അത് പറഞ്ഞിട്ട് അയാൾ ചിരിക്കാൻ ശ്രമിച്ചു. ആ മുഖം വിളറിയിരുന്നു.

''ഇപ്പോൾ താമസിക്കുന്ന അപ്പാർട്ടുമെന്റിലേക്ക് മാറുന്നതിന് മുമ്പുള്ള രണ്ടു വർഷക്കാലം ഞങ്ങളിവിടെയായിരുന്നു താമസിച്ചി രുന്നത്. ഞങ്ങളെന്നു പറഞ്ഞാൽ ഞാനും ഭാര്യയും.'' സംസാരിക്കു മ്പോൾ അയാളുടെ വലതുകൈയിലെ ചെറുവിരൽ പ്രത്യേക താള ത്തിൽ വിറച്ചുകൊണ്ടിരുന്നു. മറ്റുവിരലുകളിൽനിന്നും അത് അകലം കാക്കുന്നുണ്ടായിരുന്നു.

ഭാര്യ സ്കൂളിലെ മ്യൂസിക് ടീച്ചറായിരുന്നെന്നും കുട്ടികളില്ലാതി രുന്ന അവർ എടുത്തു വളർത്തിയ മകൻ വർഷങ്ങൾക്കു മുമ്പ് കാറ പകടത്തിൽ മരിച്ചതായും പാട്രിക്ക് പറഞ്ഞു. ആരിലും അസൂയ ഉളവാക്കുന്ന സന്തുഷ്ടമായ ദാമ്പത്യജീവിതമായിരുന്നു തങ്ങളുടേ തെന്നു പറഞ്ഞപ്പോൾ അയാളുടെ കണ്ണുകളിൽ അതുവരെ കാണാ തിരുന്ന ഒരു പ്രത്യേക തിളക്കം ഞാൻ ശ്രദ്ധിച്ചു.

''കാലാകാലങ്ങളിൽ അയഞ്ഞും മുറുകിയും ബന്ധങ്ങളുടെ വിചിത്രങ്ങളായ കുടുക്കുകൾ ജീവിതത്തെ എങ്ങനെയാണ് വഴി തിരിച്ച് വിടുന്നതെന്നറിഞ്ഞുകൂടാ. ഇവിടേക്ക് താമസം മാറിയ കാല ത്താണ് ഭാര്യയിൽ പല മാറ്റങ്ങളും കണ്ടു തുടങ്ങിയത്. ആശങ്കയു ടെയും വിഷാദത്തിന്റെയും വിചിത്ര ലോകത്ത് അവൾ എപ്പോഴോ തനിയെ സഞ്ചരിക്കാൻ തുടങ്ങി. അവൾ കെട്ടിപ്പടുത്ത ആ ചെറിയ ലോകത്ത് ഞാൻ തന്നെയായിരുന്നു അവളുടെ ശത്രുവും മിത്രവും.''

സോഫയുടെ വശത്ത് ചട്ടിയിൽ വെച്ചിരുന്ന ചെടിയിലേക്ക് നോക്കി യിട്ട് യാന്ത്രികമായി അയാൾ ആ ചെടിയുടെ ഇലയിൽ നുള്ളി.

പച്ചപ്പ് നഷ്ടപ്പെട്ട ഇലഞരമ്പുകൾക്ക് കുറുകെ ആ നഖപ്പാട് ഒരു കുരിശടയാളം തീർത്തു.

''ആരെയും ശല്യപ്പെടുത്താതെ ഒതുങ്ങിക്കൂടിയ ജീവിതമായിരുന്നു ഞങ്ങളുടേത്. നീർക്കാക്കയുടെ കണ്ണിൽപ്പെടാതെ നീന്തുന്ന മീനുകളെന്നപോലെ. ആർക്കും പിടികൊടുക്കാതെ. പക്ഷേ... ക്ഷമിക്കണം. വിരോധമില്ലെങ്കിൽ നമുക്ക് കിടപ്പുമുറിയിലേക്കൊന്ന് പോകാമോ?'' അത് പറഞ്ഞിട്ട് പാട്രിക്ക് വളരെ ഭവ്യതയോടെ ഞങ്ങളുടെ രണ്ടുപേരുടെയും മുഖത്തേക്ക് മാറി മാറി നോക്കി. ആ മുഖത്ത് അസ്വസ്ഥതയുടെ ചുളിവുകൾ വീണിരുന്നു.

എന്തിനാവും അയാൾക്ക് ഞങ്ങളുടെ കിടപ്പുമുറിയിലേക്ക് പോകേണ്ടത്? അപരിചിതനായ ഈ മനുഷ്യനെ എങ്ങനെയാണ് വിശ്വസിക്കാനാവുക? ഞാൻ ചിന്തകളിലാണ്ടു. ഭാര്യ ഭയത്തോടെ എന്നെ നോക്കി വേണ്ടായെന്ന അർഥത്തിൽ തലകുലുക്കി. എന്ത് മറുപടി പറയണമെന്ന് ചിന്തിക്കവേ അയാൾ മെല്ലെ എഴുന്നേറ്റ് ഞങ്ങളുടെ കിടപ്പുമുറിയിലേക്ക് നടന്നു. ആദ്യമൊന്ന് പകച്ചെങ്കിലും സമചിത്തത വീണ്ടെടുത്ത് ഞാനും ഭാര്യയും അയാളെ പിന്തുടർന്നു.

മുറിയിലേക്ക് പ്രവേശിക്കുന്നതിന് മുൻപ് അനുവാദത്തിനെന്നപോലെ പാട്രിക്ക് ഞങ്ങളെ നോക്കി. അകത്തേക്ക് കയറിയതും അയാളിൽ വ്യക്തമായ ഭാവപ്പകർച്ച പ്രകടമായിരുന്നു. വളരെ സൂക്ഷ്മതയോടെ മുറിയിലെ ഓരോ ഫർണീച്ചറിലേക്കും കണ്ണോടിച്ച്, അയാൾ എന്തോ ഓർത്ത്, ധ്യാനത്തിലെന്നപോലെ അൽപ്പനേരം നിന്നു. ഒരു തിരയിളക്കം ആ മുഖത്ത് കാണാമായിരുന്നു. തപ്പിത്തടഞ്ഞ് മുറിയുടെ മറുവശത്തേക്കു നടന്ന അയാൾ ജനാലയിലൂടെ പുറത്തു പെയ്തുകൊണ്ടിരുന്ന മഞ്ഞിലേക്ക് നോക്കിനിന്നു. പിന്നീട് പതിയെ നടന്നുവന്ന് സീലിംഗ് ഫാൻ ഓൺ ചെയ്തു. കറങ്ങുന്ന ഫാനിന്റെ മൂളലിന് കാതോർത്തിട്ടു പാട്രിക്ക് പിറുപിറുത്തു ''മുറിയിൽ എപ്പോഴും ഫാൻ കറങ്ങിയിരുന്നു.''

കട്ടിലിനോട് ചേർന്നുകിടന്ന സോഫായിലേക്ക് കൈചൂണ്ടി അയാൾ പറഞ്ഞു. ''ഇവിടെയായിരുന്നു ഞങ്ങളുടെ കട്ടിൽ...''

''ഭാര്യയുടെ കുട്ടിക്കാലത്തെ ഒരു ഫോട്ടോ ഇവിടെയായി തൂക്കിയിരുന്നു. അതിനപ്പുറം കല്യാണഫോട്ടോ.'' ആ ചിത്രങ്ങൾ ഇപ്പോഴും അവിടെ കാണാനാവുന്നതുപോലെ അയാൾ ഭിത്തിയിലേക്ക് നോക്കി നിന്നു.

പണ്ട് ആ മുറിയെങ്ങനെയാണ് ക്രമീകരിച്ചിരുന്നതെന്ന് സങ്കൽപ്പിക്കാൻ ഞാൻ ശ്രമിച്ചു.

''ഈ കട്ടിൽ കിടക്കുന്ന സ്ഥാനത്ത് ഇട്ടിരുന്ന ഓക്ക് കസേരയിലിരുന്നായിരുന്നു എന്റെ ഭാര്യ വയലിൻ വായിച്ചിരുന്നത്. അവൾ

പലപ്പോഴും വായിക്കുന്ന ഒരു ഗാനമുണ്ട്. അന്റോണിയോ വിവാൾഡിയുടെ 'ഫോർ സീസൺസ്'. എത്ര മനോഹരമായാണ് അത് വായിച്ചിരുന്നതെന്നറിയാമോ? കട്ടിലിൽ ഞാനത് കേട്ടിരിക്കും. ശൈത്യവും ശിശിരവും ഗ്രീഷ്മവും ശരത്കാലവുമൊക്കെ അത്ഭുതകരമായി വയലിൻ തന്ത്രികളിൽ അവൾ ആവാഹിച്ചിരുന്നു. അപ്പോൾ ഋതുക്കളുടെ നിഴലാട്ടം അവളുടെ കണ്ണുകളിൽ കാണാം. ഒന്നു ചെവിയോർത്താൽ ഇപ്പോഴും ആ സംഗീതത്തിന്റെ മുഴക്കം കേൾക്കാം.''

പാട്രിക്ക് വികാരാധീനനായി ചുറ്റും നോക്കി. താടിരോമത്തിൽ പറ്റിപ്പിടിച്ചിരുന്ന മഞ്ഞുകണങ്ങൾ ജലകണങ്ങളായി മുഖത്തേക്ക് അരിച്ചിറങ്ങുന്നത് അസ്വസ്ഥമാക്കുന്നതുകൊണ്ടാവാം ഇടയ്ക്ക് അയാൾ താടിയിൽ കയ്യോടിച്ചുകൊണ്ടിരുന്നു.

''അങ്ങനെ ഒരു ദിവസം ശൈത്യകാലത്തെ വർണ്ണിക്കുന്ന ഭാഗം വയലിനിൽ വായിച്ചിരിക്കേ പൊടുന്നനവേ അവൾ തുടർന്നുള്ള ഭാഗം മറന്നു. എത്ര ശ്രമിച്ചിട്ടും ഓർത്തെടുക്കാനായില്ല. അത് എന്നെയും പരിഭ്രാന്തനാക്കി. എത്രയോ വർഷങ്ങളായി വയലിനിൽ അവൾ വായിച്ചിരുന്നതായിരുന്നു അത്. അന്നോടെ ആ വയലിൻസംഗീതം അതിന്റെ പെട്ടിയുടെ ഇരുളിൽ നിശ്ശബ്ദമായിത്തീർന്നു.''

പാട്രിക്ക് അത് പറഞ്ഞിട്ട് ചിന്തയിലാണ്ടു. കുറച്ചു നേരത്തേക്ക് നിശ്ശബ്ദതയെ അയാൾ മുറിയിലേക്ക് മനപ്പൂർവ്വം ക്ഷണിച്ചതുപോലെ തോന്നി.

''ഏറ്റവും ദുസ്സഹമായ ജീവിതം എന്താണെന്നറിയാമോ നിങ്ങൾക്ക്?'' പൊടുന്നനെ തല വെട്ടിച്ച് പാട്രിക്ക് ഞങ്ങളെ രണ്ടുപേരെയും നോക്കി.

പകച്ചിരുന്ന ഞങ്ങളുടെ മൗനത്തിനു വിരാമമിട്ടുകൊണ്ട് ഭാര്യ പറഞ്ഞു. ''അത്... അത് പട്ടിണിയോ.. പ്രണയനൈരാശ്യമോ...''

പാട്രിക്കിന്റെ വലതുകൈയിലെ ചെറുവിരൽ വേഗത്തിൽ വിറച്ചു. ഒരു നിമിഷത്തെ മൗനത്തിനുശേഷം അയാൾ പറഞ്ഞു. ''അല്ല... അത് മനോനില നഷ്ടപ്പെട്ട പങ്കാളിയുടെ കൂടെയുള്ള ജീവിതമാണ്.''

എന്റെ മുഖത്ത് തെളിഞ്ഞ ചോദ്യങ്ങൾക്ക് ഉത്തരമെന്നോണം പാട്രിക്ക് തുടർന്നു. ''സ്വകാര്യവേദനകൾ ഞാൻ ആരോടും പറഞ്ഞിരുന്നില്ല. ഒരുപക്ഷേ പങ്കുവയ്ക്കലിൽ സ്വീകരിക്കപ്പെടാതെ മുറിവേറ്റ് അപമാനിതമായി ചിറകൊടിഞ്ഞ് തിരികെയെത്തുന്ന ആ വേദനകൾ എന്നിൽ കൂടുതൽ ആഴത്തിലുള്ള മുറിവുകളുണ്ടാക്കുമെന്ന് ഞാൻ ഭയന്നു.''

അല്പനേരം അയാൾ ഇരുകൈകൾകൊണ്ടും മുഖം പൊത്തി. വിറയ്ക്കുന്ന ചെറുവിരൽ അപ്പോൾ അയാളുടെ മുഖത്ത് താളം പിടിച്ചുകൊണ്ടിരുന്നു.

''ഏത് സമയത്ത് എന്തു കാര്യത്തിനാണ് ഭാര്യയുടെ മനസ്സിന്റെ താളം തെറ്റുന്നതെന്നത് ദുരൂഹമായിരുന്നു. അതിനു ചെറിയ ഒരു കാര്യം മതി. വളരെ ചെറിയ കാര്യം. ഭിത്തിയിലെ ആ കറുത്ത പാട് കണ്ടോ?''

കറപോലെ എന്തോ ഭിത്തിയിൽ കാണാമായിരുന്നു. ഞാൻ അതിനടുത്തേക്ക് ചെന്ന് സൂക്ഷിച്ചു നോക്കി. എന്റെ ഭാര്യയാകട്ടെ, ചൂണ്ടുവിരലാൽ അത് മെല്ലെ ചുരണ്ടിനോക്കി.

''ഒരു ദിവസം സാൻവിച്ച് എടുക്കാൻ ഫ്രിഡ്ജ് തുറന്നപ്പോൾ അതിനുള്ളിലെ ലൈറ്റ് തെളിയുന്നില്ലെന്നറിഞ്ഞ അവൾ സങ്കടം സഹിക്കവയ്യാതെ മുറിയിലേക്ക് ഓടിവന്ന് പൊട്ടിക്കരഞ്ഞു. വീട് മുഴുവൻ ഇരുട്ട് വ്യാപിക്കാൻ പോകുകയാണെന്ന് പുലമ്പി അന്ന് അവൾ ചുമരിൽ തലയിട്ടടിച്ചു കരഞ്ഞപ്പോൾ പറ്റിയ രക്തക്കറയാണത്.''

ഫ്രിഡ്ജിനുള്ളിലെ തണുപ്പിൽ മിഴിപൂട്ടിയ പ്രകാശം എന്റെയുള്ളിലും ഇരുൾ പരത്തി. ചിന്തകളുടെ വാതിൽ തുറന്ന് ഇരുളിനെ ആട്ടിയകറ്റാൻ ഞാൻ ശ്രമിച്ചു. മുറിയിലെ നിശ്ശബ്ദത എന്നെ അസ്വസ്ഥമാക്കി.

''അനുഭവങ്ങൾ കാലന്തരേ മനുഷ്യസ്വഭാവത്തെ മാറ്റുന്നത് അത്ഭുതകരമാണ്. മിതഭാഷിയായിരുന്ന ഞാൻ ഇത്രയും സംസാരിച്ചു എന്നുള്ളതുതന്നെ അതിനുദാഹരണമാണ്.'' അയാൾ ചുമച്ചു.

''അവൾ എന്താ ചെയ്യുകയെന്ന് മുൻകൂട്ടി അറിയാനാവാത്ത അവസ്ഥ. അതുകൊണ്ടുതന്നെ കിടപ്പുമുറിയിലെ വാതിൽ അകത്തുനിന്നും പൂട്ടാതിരിക്കാൻ കതകിന്റെ നോബിലെ ലോക്ക് അഴിച്ചുമാറ്റി.'' അയാൾ പറഞ്ഞതുകേട്ട് ഭാര്യ എന്നെ നോക്കി.

''ഭിത്തിയുടെ ഈ വശത്തായി തൂക്കിയിരുന്ന വെളുത്ത ബോർഡിൽ ഭാര്യ ചിത്രങ്ങൾ വരച്ചിരുന്നു. അതിലൂടെയായിരുന്നു അവളുടെ മാനസികാവസ്ഥ പലപ്പോഴും മനസ്സിലാക്കാനാവുക. സന്തോഷവതിയായിരിക്കുമ്പോൾ വിവിധ വർണ്ണങ്ങളിലുള്ള വിടർന്ന പൂക്കളുടെ പടം ബോർഡിൽ കാണാം.''

പണ്ട് ബോർഡ് തൂക്കിയിരുന്ന ഭാഗത്തേക്ക് പാട്രിക്ക് കൈ ചൂണ്ടി. അവിടെയപ്പോൾ ഞാനും ഭാര്യയും ഏതോ ഒഴിവുകാലത്തെടുത്ത പഴയൊരു ഫോട്ടോ തൂക്കിയിരുന്നു. ഞങ്ങളുടെ ചിത്രത്തിൽ വിടർന്ന വർണ്ണാഭമായ പൂക്കളെ കാണാൻ ഞാൻ ശ്രമിച്ചു. എന്റെയും ഭാര്യയുടെയും കണ്ണുകൾ തമ്മിൽ ഉടക്കി. കാണാൻ കഴിയാത്ത ആ പുഷ്പങ്ങളെ അവളും എന്നെപ്പോലെ തിരയുന്നുണ്ടാവാം.

രാത്രിയിൽ പലപ്പോഴും അയാളുടെ ഭാര്യ നല്ല വസ്ത്രങ്ങൾ ധരിച്ച് ചന്തത്തിൽ ഒരുങ്ങി കട്ടിലിനോട് ചേർന്നുണ്ടായിരുന്ന നിലക്കണ്ണാടിയിൽ തന്റെ രൂപം നോക്കി നിൽക്കുമായിരുന്നുവെന്നും അവസാനദിനങ്ങളിൽ അതിൽ തെളിയുന്ന ഛായയ്ക്ക് തന്റെ ശരീരരൂപവുമായി സാമ്യമില്ലെന്നു ഭാര്യ പരിതപിച്ചിരുന്നതായും അയാൾ പറഞ്ഞു.

''അത്ഭുതമെന്ന് പറയട്ടെ, കഴിഞ്ഞ ദിവസം കണ്ണാടിയിൽ നോക്കിയിരുന്നപ്പോൾ എനിക്കും അങ്ങനെ തോന്നിത്തുടങ്ങി. എന്റെ ചലനങ്ങളെ പ്രതിരൂപങ്ങൾ നിരാകരിക്കുന്ന പോലെ.'' അത് പറഞ്ഞപ്പോൾ അയാളുടെ ചെറുവിരലിന്റെ തുടർച്ചയെന്നപോലെ മോതിരവിരൽ ആ വിറയൽ ഏറ്റെടുക്കുന്നുണ്ടായിരുന്നു.

ഭാര്യ എന്നെ ഭയത്തോടെ നോക്കി. ഞാനും അസ്വസ്ഥനായി. വഴിയിലെ മഞ്ഞ് മാറ്റാനെത്തിയ ട്രക്കിന്റെ ശബ്ദം മുറിയിൽ ഉറഞ്ഞുകൂടിയ മൂകതയെ അകറ്റി. അയാൾ വീണ്ടും ജനാലയിലൂടെ പുറത്തേക്ക് നോക്കി നിന്നു.

''മഞ്ഞു പെയ്യുന്ന ദിനങ്ങളിൽ അവൾ ജനാലയിലൂടെ ഇങ്ങനെ പുറത്തേക്ക് നോക്കിനിന്നിരുന്നു. ഇവിടെ ഇപ്പോഴും മഞ്ഞാണെന്നും ഇത് മഞ്ഞൊഴിയാത്ത വീടാണെന്നും അവൾ പറയാറുണ്ടായിരുന്നു. പുറത്ത് മരച്ചില്ലകളിൽ ഉറഞ്ഞുകൂടി ഐസായി മാറിയ മഞ്ഞ് ആത്മഹത്യ ചെയ്ത വെളുത്ത രൂപങ്ങളാണെന്നു പറഞ്ഞു ദുഃഖിച്ചിരിക്കും. കൊടുംമഞ്ഞുവീഴ്ചയുള്ള ദിനങ്ങളിൽ ജനാലയ്ക്ക് പുറത്ത് ചില രൂപങ്ങൾ അവൾക്ക് കാണാനാകുമത്രേ. ആദ്യമൊന്നും ഞാൻ അത് കാര്യമാക്കിയില്ല. എത്രയോ പ്രാവശ്യം ഞാൻ അവയെ കാണാൻ ശ്രമിച്ചിട്ടുണ്ടെന്നോ.'' അത് പറഞ്ഞ് പാട്രിക്ക് ഞങ്ങളെ നോക്കി കൈകൾ മലർത്തി. കൈരേഖകൾ ഇരുകൈവെള്ളകളിലും ഇലപൊഴിഞ്ഞ മരച്ചില്ലകളെന്നപോലെ പടർന്നു പന്തലിച്ചു നിന്നു.

''ഈ മഞ്ഞ് ക്രമേണെ ഞങ്ങളുടെ ഇടയിൽ പടർന്ന് ഞങ്ങളുടെ കാഴ്ചകളെ മറയ്ക്കുകയായിരുന്നു. എനിക്ക് എന്നേ ഉറക്കം നഷ്ടപ്പെട്ടു. പൂർവ്വകാല ഓർമ്മകളുടെ കുരുക്കിൽപെട്ട് ശ്വാസംമുട്ടുമ്പോൾ നിദ്രപോലും ഭയന്ന് മാറി നില്ക്കും.'' അയാൾ പതിഞ്ഞ സ്വരത്തിൽ പിറുപിറുത്തു.

അയാളുടെ അസ്വസ്ഥത എന്നിലേക്കും പടരുന്നുണ്ടായിരുന്നു.

''താങ്കളുടെ ഭാര്യയ്ക്ക് വല്ല അപകടവും?'' എന്റെ ഭാര്യ ചോദിച്ചു. കുറ്റാന്വേഷണകഥയുടെ അവസാനപുറം വായിക്കുന്ന ഒരു വായനക്കാരിയുടെ ഉദ്വേഗവും പിരിമുറുക്കവുമായിരുന്നു അവളുടെ മുഖത്ത്.

അയാളൊന്നു മൂളി.

''ഇതുപോലെ കനത്ത മഞ്ഞുവീണ ഒരു ദിവസം ജോലിയിലായിരുന്ന എന്നെ ഭാര്യ ഫോണിൽ വിളിച്ചു. അന്ന് ജനാലയിലൂടെ വളരെ വിചിത്രമായ കാഴ്ചകൾ കാണാനാവുന്നുണ്ടന്നും ഭാഗ്യമുണ്ടേൽ വീട്ടിൽ വന്നാൽ എനിക്കുമത് കാണാൻ കഴിഞ്ഞേക്കുമെന്നും അവൾ പറഞ്ഞു. അന്ന് സംസാരിക്കുമ്പോൾ ഭാര്യ വളരെ സന്തോഷവതിയായിരുന്നു. വൈകുന്നേരം വീട്ടിലെത്തിയപ്പോൾ ഇവിടെയൊന്നും എനിക്ക് അവളെ കാണാനായില്ല. മുറിയിൽ മേശപ്പുറത്ത് കടലാസിൽ അവൾ ഒരു ചിത്രം വരച്ചിരുന്നു. അന്ന് പുറത്തുകണ്ട രൂപമാവാം അത്.'' അയാൾ വീണ്ടും ചിന്തകളിലേക്ക് വഴുതി വീണു.

''അന്ന് ഭാര്യ പറഞ്ഞ ആ അത്ഭുതക്കാഴ്ചയ്ക്കായി ജനാലയിലൂടെ പുറത്തേക്ക് നോക്കി. അവിടെ ഞാൻ കണ്ടത് തണുത്ത് മരവിച്ചു മഞ്ഞിൽ പൊതിഞ്ഞുകിടന്ന അവളുടെ കാൽപ്പാദങ്ങളായിരുന്നു.'' അയാളുടെ ഓരോ ശ്വാസനിശ്വാസത്തിലും ഹൃദയത്തെ തൊട്ടുവന്ന ചൂടിന്റെ വിങ്ങലുണ്ടായിരുന്നു.

ശാപമോക്ഷം തേടിയലയുന്ന അരൂപിയായ ആത്മാക്കളുടെ പരിവേദനമെന്നപോലെ അതുവരെ മൗനം പേറിയലഞ്ഞ കാറ്റ് ജനാലച്ചില്ലിൽത്തട്ടി അസ്വസ്ഥമായി നിലവിളിച്ചു.

''മരണം മരണപ്പെടുന്നവർക്ക് മാത്രമേ സമാധാനം നൽകുന്നുള്ളൂ. അവർ നശിച്ച ഓർമ്മകളെ ഇവിടെ ഉപേക്ഷിച്ചു പോകുന്നു. അവ വേട്ട നായ്ക്കളെപ്പോലെ ഇരകളെ തേടി അലയുന്നു.'' പാട്രിക്ക് ജനാലയുടെ സമീപത്തേക്ക് മാറി വീണ്ടും പുറത്തേക്ക് നോക്കി നിന്നു. ജനാലച്ചില്ലിൽ പ്രതിഫലിച്ച അയാളുടെ രൂപം എനിക്ക് കാണാമായിരുന്നു. ആ ചുണ്ടുകൾ വിറച്ചുകൊണ്ടിരുന്നു. കൈവിരലുകൾകൊണ്ട് ജനാലയിൽ അയാൾ വെറുതെ വരകൾ വരച്ചു. ജനാലയ്ക്ക് മുകളിൽ പുറത്ത് ഉറഞ്ഞുകൂടിയ മഞ്ഞ് ചില്ലിൽ തട്ടി താഴേക്ക് ഊർന്നിറങ്ങി.

''അന്ന് എന്റെ ഭാര്യയ്ക്ക് ദൃശ്യമായ ആ രൂപങ്ങളെ എന്നെങ്കിലുമൊരിക്കൽ എനിക്കും കാണാനാവുമെന്ന് അവൾ പറയുമായിരുന്നു. ഈ ചിന്തകൾക്ക് അടിസ്ഥാനമില്ലെന്ന് അറിയാമെങ്കിലും അവളെ മരണത്തിലേക്ക് കൂട്ടിക്കൊണ്ടുപോയ ആ രൂപങ്ങളെ ഒന്നു കൂടി കാണാനാവുമെന്ന് കരുതി. എല്ലാം വെറുതെ.''

ആ വാക്കുകൾ സമനില തെറ്റിയ ഒരാളുടെ ഭ്രാന്തൻ ജൽപ്പനമായി തോന്നിച്ചു. അത് ആ സ്ത്രീയുടെ വെറും തോന്നലുകളാണെന്ന് എന്താണയാൾ മനസ്സിലാക്കാതിരുന്നത്? അയാളുടെ മനോനില തെറ്റിയിരിക്കുന്നു.

ഭാര്യ പരിഭ്രാന്തിയോടെ ജനാലയിലൂടെ പുറത്തേക്ക് നോക്കി. അവിടെ ഒന്നും കാണാതിരുന്നതിലുള്ള നിരാശ അവളുടെ മുഖത്ത്

പ്രതിഫലിച്ചു. പ്രകൃതി ചോരവാർന്ന മൃതശരീരംപോലെ വിളറി വെളുത്തിരുന്നു.

കണ്ണിന്റെ കോണിൽ തുളുമ്പി നിന്ന ഒരു തുള്ളി വീണുടയാതിരിക്കാൻ അയാൾ ശ്രമിച്ചുകൊണ്ടിരുന്നു. ഉള്ളിലെവിടെയോ കത്തുന്ന നെരിപ്പോട് ഊതിക്കെടുത്തുവാൻ പാടുപെടുന്നപോലെ. മെല്ലെ മുറിയിൽ നിന്നിറങ്ങി മുൻവശത്തെ വാതിൽ തുറന്നു പാട്രിക്ക് അകലേക്ക് നോക്കി നിന്നു. പിന്നീട് പെട്ടെന്ന് ഷൂസ് കാലിൽ തിരുകിക്കയറ്റി ലേസ് മുറുക്കാൻ മിനക്കെടാതെ പുറത്തേക്കിറങ്ങി. ഞങ്ങളോട് ഒന്നുമുരിയാടാതെ പെയ്തുകൊണ്ടിരുന്ന മഞ്ഞിലൂടെ അയാൾ നടന്നു.

ഭാര്യ എന്നെ നോക്കി ചോദിച്ചു, ‘‘ഈ മരവിക്കുന്ന തണുപ്പത്ത് കോട്ടിടാതെ അയാൾ എവിടേക്കാണ്?’’

അവൾ ധൃതിയിൽ അയാളുടെ വിന്റർകോട്ടെടുത്തുകൊണ്ട് വന്നപ്പോഴേക്കും പാട്രിക്ക് നടന്നകന്നിരുന്നു.

‘‘കോട്ട്...’’ അവൾ പുറത്തേക്ക് നോക്കി വിളിച്ചു പറഞ്ഞു.

അയാളുടെ കോട്ടിന്റെ പോക്കറ്റിൽനിന്നും പിച്ചള കൊണ്ടുണ്ടാക്കിയ ഒരു ലോക്കും അത് മുറുക്കാൻ ഉപയോഗിച്ച സ്ക്രൂവും താഴേക്കു വീണു. അതെടുക്കാൻ കുനിഞ്ഞപ്പോൾ ഭാര്യ ആ കോട്ട് എന്നെ ഏൽപ്പിച്ചു. അതിന്റെ പോക്കറ്റിൽനിന്നും താഴേക്ക് ഊർന്നുവീണ കടലാസുകഷണം എന്റെ കൈ വിരലുകളിൽ തടഞ്ഞു. മടക്കിവെച്ചിരുന്ന ആ കടലാസിൽ പെൻസിൽകൊണ്ട് ആരോ വരച്ച ചിത്രമായിരുന്നു. നെറ്റിയിൽ നക്ഷത്രച്ചുട്ടിയുള്ള, കുഞ്ചിരോമങ്ങൾ കാറ്റിലിളകുന്ന ശുഭലക്ഷണമുള്ള ഒരു കുതിരയുടെ ചിത്രം. എന്റെ കൈയിലിരുന്ന് ആ കടലാസുതുണ്ട് വിറച്ചു.

‘‘എന്താ കടലാസിൽ, എന്താ കണ്ണ് നിറഞ്ഞിരിക്കുന്നേ?’’ ഭാര്യ ചോദിച്ചു.

‘‘ങേ... ഒന്നുമില്ല. ഇത്... ഇതേതോ അഡ്രസ്സാണ്.’’ വിറയ്ക്കുന്ന കൈയിൽനിന്നും ആ കടലാസ് വഴുതിപ്പോകുമെന്ന് ഞാൻ ഭയന്നു

ഭാര്യയുടെ കൈവിരലിൽ മുറുകെപ്പിടിച്ചുകൊണ്ട് ഞാൻ പുറത്തേക്ക് നോക്കി. യൗവ്വനത്തിന്റെ തീക്ഷ്ണതയിലെന്നപോലെ തിമിർത്തുപെയ്തുകൊണ്ടിരുന്ന മഞ്ഞ് നര ബാധിച്ച വാർദ്ധക്യംപോലെ ദുർബലമാകുന്നുണ്ടായിരുന്നു. പുറത്ത് കുട്ടികൾ പഴയതിനെ ഉടച്ച് പകരം വലിപ്പം കൂടിയ ഒരു ഹിമമനുഷ്യനെ ഉണ്ടാക്കുന്ന തിരക്കിലായിരുന്നു.

■

# ബോൺസായി മരത്തണലിലെ ഗിനിപ്പന്നികൾ

**ചെ**റിയ ചെടിച്ചട്ടികളിൽ എന്തോ ചിന്തിച്ചു നിന്ന രണ്ട് ബോൺസായി മരങ്ങൾക്കിടയിലായിരുന്നു ഗിനിപ്പന്നികളുടെ കൂട്. ഇരുവശത്തും ആജീവനാന്ത ശൈശവം പേറിയ ദുഃഖത്തിന്റെ തണൽ പടരുന്നതും നോക്കി ആ ഗിനിപ്പന്നികൾ നിസ്സംഗതയോടെ കിടന്നു. നേർത്തയഴികൾക്കിടയിലൂടെയുള്ള അവരുടെ നോട്ടം എന്നെ അസ്വസ്ഥമാക്കാറുണ്ട്. ചില ജീവിതങ്ങൾ സഹജീവികളുടെ നിലനിൽപ്പിനാണെന്ന സത്യം അവ ഓർമ്മിപ്പിച്ചുകൊണ്ടേയിരുന്നു.

രണ്ടു മാസങ്ങൾക്ക് മുൻപാണ് ഞങ്ങളുടെ സ്വകാര്യതയിലേക്ക് രണ്ടു ഗിനിപ്പന്നികൾ കടന്നുവന്നത്. എട്ടു വസ്സുകാരിയായ മകൾ ലക്ഷ്മിയുടെ ശാഠ്യത്തിന് വഴങ്ങിയാണ് അവസാനം ഗിനിപ്പന്നികളെ വാങ്ങാമെന്ന് തീരുമാനിച്ചത്. അവൾ വളർത്താൻ ആഗ്രഹിച്ച പട്ടിക്കുട്ടിയെ ഒഴിവാക്കി തൽക്കാലം രക്ഷപ്പെടാമെന്നായിരുന്നു കണക്കുകൂട്ടിയത്. അമേരിക്കൻ വംശജനായ അയൽവാസി മൈക്കിളിന്റെ കറുത്ത പുള്ളികളുള്ള പട്ടിക്കുട്ടിയെ കണ്ടപ്പോൾ തുടങ്ങിയ ഈ പൂതി കുറെ മാസങ്ങൾക്ക് മുമ്പാണ് മകൾ അറിയിച്ചത്.

ബാല്യകാലത്തെ ഒറ്റപ്പെടലുകളിൽ വളർത്തുമൃഗങ്ങൾ ഏകപുത്രിയുടെ മാനസിക ഉല്ലാസത്തിനുതകുമെന്ന് പറഞ്ഞു ഭാര്യയും അവളെ പിന്തുണച്ചു. അങ്ങനെ ഞങ്ങളുടെ അമേരിക്കൻ പ്രവാസജീവിതത്തിലെ ചെറിയ ചതുരത്തിൽ രണ്ടു മിണ്ടാപ്രാണികളുംകൂടി കടന്നുവന്നു. കാഴ്ചയിലെ സമാനതയിൽ മാത്രമല്ല സ്വഭാവത്തിലും ആ ഗിനിപ്പന്നികൾ മുയലിൻകുഞ്ഞുങ്ങളെപോലെ വളരെ ശാന്തരായിരുന്നു. ചടുലമായ ജീവിതക്രമത്തിൽ കേവലം രണ്ടു ഗിനിപ്പന്നികൾക്ക് എന്ത് പ്രസക്തി? കാഴ്ചവട്ടത്ത് അവ തീരെ ചെറുതായിരുന്നു. നിറങ്ങൾ മങ്ങിത്തുടങ്ങിയിരുന്ന ജീവിതത്തിന്റെ നാലുകെട്ടിനുള്ളിൽ അവ തീർത്തും അപ്രധാനവും.

വിദേശവാസം വിചിത്രമായ ഒരു ജീവിതാനുഭവമാണ്. പുതുമഴയുടെ നനവാസ്വദിച്ച് ഓരത്ത് കിടക്കുന്ന കരിയിലകൾപോലെയാണ് പ്രവാസജിവിതം. മാടിവിളിക്കുന്ന കാറ്റിലും പറന്നകലാനാവാതെ നനഞ്ഞ് കുതിർന്ന് അത് ഗതകാലസ്മരണകളുടെ ലാളനയിൽ അവിടെത്തന്നെ അഴുകിത്തീരുന്നു.

ഗിനിപ്പന്നികളെ വീട്ടിൽ കൊണ്ടുവന്ന ദിനംതന്നെ ലക്ഷ്മി രണ്ട് പേർക്കും പേരിട്ടു, തൂവെള്ള നിറവും കടുംചുവപ്പ് കണ്ണുകളുമുള്ള ഗിനിപ്പന്നിയെ സ്നോബോളെന്നും കറുപ്പും വെളുപ്പും കലർന്ന രണ്ടാമനെ ഡേനൈറ്റെന്നും. എനിക്കും ഭാര്യയ്ക്കുമാകട്ടെ, അവർ വെളുമ്പനും കറുമ്പനുമായിരുന്നു.

എല്ലാ ദിനവും അത്താഴത്തിനുശേഷം മകൾ ഉറങ്ങിക്കഴിഞ്ഞാൽ ഏതെങ്കിലും പുസ്തകം വായിച്ചിരിക്കും. ഭാര്യ രാത്രിഡ്യൂട്ടിക്ക് പോകുന്ന ദിനങ്ങളിൽ വായന പാതിരാവരെ നീണ്ടു. പ്രവാസ ജീവിതത്തിന്റെ തിരക്കിലെപ്പോഴോ ഉപേക്ഷിച്ച ഈ ശീലം സമീപകാലത്താണ് വീണ്ടും തുടങ്ങിയത്. പുസ്തകത്താളുകളിൽ നിറയുന്ന അക്ഷരങ്ങൾ മാത്രമാണ് തന്നോട് കുറച്ചെങ്കിലും ദയ കാട്ടാറുള്ളതായി തോന്നിയിട്ടുള്ളത്. ഈ വായനാവേളകളിൽ ചാഞ്ഞിരുന്ന മരക്കൊമ്പിലൂടെ പുരയിലേക്ക് ചാടിക്കയറുന്ന കാട്ടുകുരങ്ങുകളെപ്പോലെ അക്ഷരങ്ങൾ മനസ്സിൽ കയറി ചില വികൃതികൾ കാട്ടാറുണ്ട്. ദിനം ചെല്ലുംതോറും ഇത് കൂടി വന്നു. അതിലെന്തോ ഉന്മാദവും ഞാൻ അനുഭവിച്ചുപോന്നു. വായനയുടെ മധ്യേ അറിയാതെതന്നെ എന്റെ കണ്ണുകൾ കൂട്ടിനുള്ളിലെ ഗിനിപ്പന്നികളിലേക്ക് തിരിയാറുണ്ട്. അപ്പോഴൊക്കെ മനുഷ്യരാശിക്കായി ജനിതകശാസ്ത്ര പരീക്ഷണശാലകളിൽ ജീവൻ ബലിയേകിയ നിസ്സഹായതയുടെ പ്രതീകങ്ങളായി അവ പല്ലുകൾ കാട്ടി വെറുതെ ചവച്ചുകൊണ്ടിരുന്നു.

ദിനം ചെല്ലുംതോറും ഗിനിപ്പന്നികളുമായുള്ള സംവേദനം കൂടുകയും ചില നേരങ്ങളിൽ ഞങ്ങൾ പരസ്പരം വെറുതെ നോക്കിയിരിക്കുകയും ചെയ്തു. പ്രതികാരവാഞ്ഛയോ സ്വതന്ത്ര്യബോധമോ അവരുടെ കണ്ണുകളിൽ കാണാനായില്ല. ചിലപ്പോൾ ചുറ്റും ആരുമില്ലെന്ന് ഉറപ്പു വരുത്തി ഞാൻ അവയോട് സംസാരിക്കാറുണ്ട്. എന്റെ ചോദ്യങ്ങൾക്ക് അവ കൗതുകത്തോടെ ചെവി കൊടുത്തിരുന്നു. പറയുന്നതെന്തെങ്കിലും അവയ്ക്ക് മനസ്സിലാകുന്നുണ്ടാവുമോ? അവരോടുള്ള പ്രിയം പുറത്തുകാട്ടിയില്ലെങ്കിലും അവരുടെ സാമീപ്യം ക്രമേണ ഞാൻ ആസ്വദിച്ചുതുടങ്ങി. അവർക്ക് വെള്ളവും ഭക്ഷണവും കൊടുക്കുന്ന ജോലിയും ഞാൻ ഏറ്റെടുത്തു.

ബാഹ്യലോകത്തുനിന്ന് രോഗജന്യരോഗാണുക്കളെ കുത്തിവെയ്ക്കുകയും സ്വന്തം ശരീരത്തിൽനിന്ന് അതിനെതിരായി പ്രതിരോധ

ശേഷി ഉണ്ടാക്കുവാൻ നിർബന്ധിതമാകുകയും ചെയ്യുന്ന നിസ്സാര ജീവിതം. അടിച്ചേൽപ്പിക്കുന്നതുകൊണ്ടുതന്നെ ത്യാഗമെന്ന വിശേഷണത്തിനു പാത്രമാകാതെ വിലയില്ലാതാകുന്ന നഷ്ടപ്പെടലുകൾ. കോശങ്ങളിൽ നിറയുന്ന രോഗാണുക്കൾ അല്പം സൗമനസ്യം അവയോട് കാണിക്കുന്നുണ്ടാവുമോ? തിരിച്ച് ആ രോഗാണുക്കളോട് എന്ത് മനോഭാവമാകും അവയ്ക്കുണ്ടാവുക? വോട്ടർപട്ടികയിൽ പേരില്ലാത്ത അവരുടെ രോദനങ്ങൾക്കും പരാതികൾക്കും ആര് ചെവി കൊടുക്കാൻ. മൂഷികവർഗ്ഗത്തിലുള്ള തങ്ങളെ പന്നികളെന്ന് വിളിച്ച് അപമാനിക്കുന്നതിൽ ഇവർക്ക് എതിർപ്പുണ്ടാകില്ലേ? ആത്മ നിഷേധത്തിനു പാത്രമാകുമ്പോൾ ജ്വലിക്കുന്ന ഭാവങ്ങൾ ഏത് ഇടങ്ങളിലാണ് അവ ഒളിപ്പിക്കുന്നത്? സ്വന്തം സുരക്ഷയ്ക്ക് പ്രാപ്തിയില്ലാതാവുമ്പോൾ എങ്ങനെയാണ് മനുഷ്യവർഗ്ഗത്തിന്റെ ചാവേറായി അവയ്ക്ക് മാറാനാവുക? ചോദ്യങ്ങൾക്ക് പുറകെ ചോദ്യങ്ങളുമായി ഇതുവരെ നടക്കാത്ത ഊടുവഴികളിലൂടെ എന്റെ മനസ്സ് ഊരു ചുറ്റാൻ തുടങ്ങി. ചിന്തകൾ ഭ്രാന്തമായ കൊത്തിപ്പറിക്കലുകൾ തുടർന്നപ്പോൾ പാതിവഴിയിൽ യാത്ര മതിയാക്കി യാഥാർത്ഥ്യമെന്ന നിറമില്ലായ്മയിലേക്ക് ഞാൻ തിരിച്ചു നടന്നു.

പുസ്തകമടച്ച് ഉറങ്ങാൻ പോയ എന്നെ കമ്പിയഴികൾ കടിച്ചുകൊണ്ട് ഗിനിപ്പന്നികൾ തുറിച്ചു നോക്കി. അവരുടെ കണ്ണുകളിൽ അതുവരെ കാണാത്തൊരു തിളക്കം.

ഗിനിപ്പന്നികൾ വീട്ടിലെല്ലാം ഓടിനടക്കുന്ന സ്വപ്നം കണ്ടാണ് ഞാൻ രാത്രി ഞെട്ടിയെഴുന്നേറ്റത്. പകച്ചു ചുറ്റും നോക്കിയെങ്കിലും അവിടെയൊന്നും അവയെ കാണാനായില്ല. പക്ഷേ ഗിനിപ്പന്നിയുടെ ഗന്ധം മുറിയാകെ പരന്നിരുന്നു. ചുറ്റുമുള്ള ഇരുട്ടിലെവിടെയോ അവയുടെ സാന്നിധ്യമുള്ളതുപോലെ തോന്നി. വെറുതെ തോന്നിയതാവുമോ? ഘടികാരത്തിന്റെ സ്പന്ദനങ്ങളുടെ താരാട്ടിൽ ചിന്തകളുടെ കൈ പിടിച്ച് ഞാൻ വീണ്ടും മയക്കത്തിലേക്ക് മടങ്ങി.

ആരോ മെല്ലെ തോണ്ടി വിളിച്ചപ്പോഴാണ് വീണ്ടും ഞെട്ടിയുണർന്നത്. എന്നെ അതിശയിപ്പിച്ചുകൊണ്ട് കട്ടിലിന്റെ ഇരുവശവുമായി രണ്ടു ഗിനിപ്പന്നികളും. ജനാലയിലൂടെ ഒഴുകിവന്ന നിലാവെട്ടത്തിൽ അവയ്ക്ക് കൂടുതൽ വലിപ്പം തോന്നിച്ചു. ഇതൊരു സ്വപ്നമാവുമോ? ഞാൻ കണ്ണുകൾ പലവട്ടം അടച്ച് തുറന്നു.

വെളുത്ത ഗിനിപ്പന്നി എന്നെ നോക്കി നിറുത്താതെ ചിരിച്ചുകൊണ്ടിരുന്നു. കുറിയ പല്ലുകൾ ഉറുമ്മി അത് പറഞ്ഞു, ‘‘ലച്മിടെ അപ്പാ... പേടിക്കണ്ട... ഞങ്ങളെ അറിയില്ലേ. അതേ കറുമ്പനും വെളുമ്പനും.’’

ഗിനിപ്പന്നി മനുഷ്യഭാഷയിൽ സംസാരിക്കുന്നു.

''ലച്മി അല്ല. ലച്ച്മി...'' കറുത്ത ഗിനിപ്പന്നി വെളുമ്പനെ തിരുത്തിയിട്ട് അഭിമാനത്തോടെ എന്നെ നോക്കി പറഞ്ഞു. ''അവനു തെറ്റിയതാ. ഈ പേരു പഠിച്ചെടുക്കാൻ ഞങ്ങൾ കുറച്ചുനാളെടുത്തു.'' അതിന്റെ കണ്ണുകളിൽ നക്ഷത്രത്തിളക്കം.

''ങേ... ആ...'' പതുക്കെ ബോധത്തിന്റെ പരിചിതവഴികളിലെത്തിയ ഞാൻ വിക്കി വിക്കി പറഞ്ഞു. എന്തുകൊണ്ടോ എനിക്കവരെ തിരുത്താൻ തോന്നിയില്ല. എന്റെ നാവ് വരണ്ടുണങ്ങി. മുഖത്ത് പൊടിഞ്ഞു തുടങ്ങിയ വിയർപ്പ് മെല്ലെ തൊണ്ടയിലേക്ക് ഒഴുകി.

''എന്തിനാണ് ഞങ്ങളെ നോക്കി എപ്പോഴും സഹതപിക്കുന്നത്? മനുഷ്യരാശിയിലും അധികാരവർഗ്ഗം പരീക്ഷണം നടത്തുന്നു എന്ന സത്യം അപ്പായ്ക്ക് അറിഞ്ഞുകൂടേ?'' കറുമ്പനാണ് അത് പറഞ്ഞത്. ഒരുപക്ഷേ ലക്ഷ്മി തന്നെ അങ്ങനെ വിളിക്കുന്നത് കേട്ടാവും അവർ തന്നെ അപ്പായെന്നു സംബോധന ചെയ്തത്.

''നാസികൾ ശുദ്ധമായ ആര്യരക്തവംശത്തെയുണ്ടാക്കുവാൻ ജീവനുള്ള മനുഷ്യരെ ഉപയോഗിച്ച കാര്യം എല്ലാവർക്കും അറിവുള്ളതാണല്ലോ.'' വെളുത്ത ഗിനിപ്പന്നി ഇനി തന്റെ ഊഴം എന്നപോലെ തുടർന്നു. ഗിനിപ്പന്നികൾ അങ്ങോട്ടുമിങ്ങോട്ടും നോക്കി തലയാട്ടി. തങ്ങൾ അത്ര മോശക്കാരല്ലെന്ന ഭാവം അവരുടെ ശരീരഭാഷയിൽ പ്രകടമായിരുന്നു.

വെളുത്ത ഗിനിപ്പന്നി നടുനിവർത്തി മൂന്നു വിരലുകളുള്ള പിൻകാലിൽ ഒന്നു നിവർന്നു നിന്ന് കട്ടിലിന്റെ വശത്തുകൂടെ കൈ പുറകിലേക്ക് പിണച്ചുവെച്ച് ഉലാത്തുവാൻ തുടങ്ങി.

''പണ്ട് അമേരിക്കയിലെ അലബാമയിലുള്ള ടുസ്കഗീ എന്ന സ്ഥലത്ത് കറുത്ത വർഗ്ഗക്കാരിൽ ലൈംഗികരോഗാണുക്കൾ കുത്തിവെച്ച് പരീക്ഷണം നടത്തിയിരുന്നു.'' ഒരു ദീർഘനിശ്വാസത്തോടെ കറുത്ത ഗിനിപ്പന്നി വീണ്ടും തുടർന്നു. ''ശരീരത്തിലെ അശുദ്ധരക്തം ശുദ്ധീകരിക്കാനെന്ന വ്യാജേനയാണ് അവരിൽ നാൽപ്പത് വർഷത്തോളം പരീക്ഷണം നടത്തിയത്.''

''ഗിനിപ്പന്നികൾ സദാചാര വാദികളായതിനാൽ ഞങ്ങൾക്ക് ലൈംഗികരോഗങ്ങൾ വരില്ലെന്നറിയില്ലേ?'' വെളുത്തവൻ അതു പറഞ്ഞിട്ടു കുലുങ്ങിച്ചിരിച്ചു. കൂട്ടത്തിൽ കറുമ്പനും. ക്രമേണ അത് വളരെ ഉച്ചത്തിലുള്ള അട്ടഹാസമായി മാറി. ആ ശബ്ദത്തിൽ മുറിയിലെ ജനാലച്ചില്ലുകൾ ഇളകി. ഗിനിപ്പന്നികളുടെ ശബ്ദത്തെക്കുറിച്ചുള്ള അതുവരെയുള്ള എന്റെ കണക്കുകൂട്ടലുകൾ അത് തെറ്റിച്ചു.

''എന്ത് വിഡ്ഢിത്തമാണ് ഇത്?'' അത്ഭുതങ്ങളുടെ ഗോപുരം എന്റെ ഉള്ളിൽ ഉയർന്നു.

''അമേരിക്കയിൽ സൈനികരുടെ ഇടയിൽ പലതരം മരുന്നുകൾ കുത്തിവെയ്ക്കാറുണ്ട്. നേവിയിലെ കുറെ യുവാക്കളെ അറ്റോമിക പരീക്ഷണങ്ങൾക്കായി കപ്പലിൽ മാസങ്ങളോളം അടച്ചിട്ടിരുന്നു.'' ഒരു രഹസ്യമെന്നോണം എന്റെ ചെവിയോട് ചേർന്ന് കറുമ്പൻ മന്ത്രിച്ചു. എന്നിട്ട് അത് ജനാലയിലൂടെ പുറത്തേക്ക് നോക്കി നിന്നു. പിന്നെ മുകളിൽ മിന്നുന്ന നക്ഷത്രങ്ങളെ നോക്കി നെടുവീർപ്പിട്ടു കൊണ്ട് പറഞ്ഞു. ''എന്തിന് ഇപ്പോൾ വൻകിട മരുന്നുകമ്പനികളുടെ നവലോക ഗിനിപ്പന്നികളാണ് മൂന്നാം ലോകരാജ്യങ്ങളിലെ പല പട്ടിണിപ്പാവങ്ങളും. എത്രയോ മരണങ്ങൾ...''

''മതി.'' എനിക്ക് ഇതൊക്കെ താങ്ങാവുന്നതിലും അധികമാണെന്ന് തോന്നിയിട്ടെന്നപോലെ വെളുത്ത ഗിനിപ്പന്നി കറുമ്പനോട് പറഞ്ഞു.

ഇതുപോലെയുള്ള വിവരങ്ങൾ അവ എങ്ങനെ മനസ്സിലാക്കിയെന്നു ആശ്ചര്യപ്പെടാനുള്ള മാനസികാവസ്ഥ എനിക്ക് നഷ്ടപ്പെട്ടിരുന്നു.

''വിശ്വാസമാകുന്നില്ല അല്ലേ. എന്നാ വാ നമുക്ക് ഒരിടം വരെ പോയി വരാം. നേരിട്ട് കണ്ടാലെങ്കിലും ബോധ്യപ്പെടുമല്ലോ. കണ്ണുകളടച്ചോളൂ.'' രണ്ടുപേരും എന്റെ നേരെ കൈകൾ നീട്ടി. മരവിപ്പിക്കുന്ന തണുപ്പ് അവരുടെ മെലിഞ്ഞു നീണ്ട ചെറിയ കൈവിരലുകൾക്കുണ്ടായിരുന്നു.

കണ്ണു തുറന്നപ്പോൾ ഞാൻ ഗിനിപ്പന്നികളോടൊപ്പം ഏതോ കുന്നിന്റെ മുകളിലാണെന്ന് തോന്നിച്ചു. തെളിഞ്ഞ നിലാവെളിച്ചത്തിൽ ഞങ്ങൾ കരിങ്കല്ലുകൊണ്ട് തീർത്ത പൊട്ടിപ്പൊളിഞ്ഞ ഒരു കെട്ടിടത്തിന്റെ അരികിലാണെന്നു മനസ്സിലായി. ഓക്കുമരങ്ങളുടെ ഇലകൾ വീണു കിടന്ന നിലത്തുനിന്നും ഭൂമിയുടെ ഹൃദയമിടുപ്പെന്നപോലെ ഒരു തരിപ്പ് അനുഭവപ്പെട്ടു. മരുന്നിന്റെ രൂക്ഷമായ ഗന്ധം അവിടെ തളം കെട്ടി നിന്നു. അത് എന്റെ ഉള്ളിലെവിടെയോ തരിശറ്റു കിടന്ന ചില ഗന്ധങ്ങളോട് സംവേദിക്കുന്നുണ്ടായിരുന്നു.

ഓരോ ശ്വാസത്തിലും ഒരു കുളുർമ്മയുള്ളതുപോലെ. ചുറ്റുമുള്ള വായുവിൽ എനിക്ക് ഭാരം കുറവാണെന്ന് തോന്നിച്ചു. ഇതാകുമോ ശുദ്ധവായു? ഏതു ലോകത്തിന്റെ അരികാണതെന്ന് ഞാൻ അത്ഭുതപ്പെട്ടു. ചീവീടുകളുടെ മൂളലോ രാപ്പാടികളുടെ പാട്ടോ ഇല്ലാത്ത വന്യമായ ഒരു നിശ്ശബ്ദത അവിടെ പരന്നിരുന്നു. ക്രമേണ ചെവികളിലേക്ക് ശബ്ദത്തിന്റെ നേരിയ അലയൊലികൾ കേട്ടുതുടങ്ങി.

അകത്തുന്നുനിന്നും അടക്കിപ്പിടിച്ച സംസാരവും തേങ്ങലും കേൾക്കാം. പാതി തുറന്നുകിടന്ന ജനാലയിലൂടെ ഞാൻ ഉള്ളിൽ വെളിച്ചം കണ്ട ഭാഗത്തേക്ക് എത്തിവലിഞ്ഞു നോക്കി. അവിടെ കുറെ മനുഷ്യർ ചുറ്റും കൂടിയിരുന്നു കുശലം പറയുന്നു. പൊതുവേ മെലിഞ്ഞ കുറിയ ശരീരപ്രകൃതക്കാരായ അവരിൽ പലരും തൊപ്പി ധരിച്ചിരുന്നു. അവരുടെ ഒത്തനടുക്കായി കത്തിച്ചുവെച്ചിരുന്ന റാന്തൽവിളക്കിനടുത്ത് രണ്ട് പേർ നിലത്ത് തുണിവിരിച്ചു കിടന്നിരുന്നു.

''ആരാണിവർ? എവിടെയാണ് നമ്മൾ?'' എന്റെ ചോദ്യത്തിന് വാ പൊത്തി പതുക്കെയെന്നെ ആംഗ്യം കാട്ടി വെളുത്ത ഗിനിപ്പന്നി പറഞ്ഞു. ''വീട്ടിൽനിന്നും നമ്മൾ കുറെ ദൂരെയാണ്. ഗ്വാട്ടിമാല എന്ന സ്ഥലമാണിത്. കാലവും കുറച്ചു പുറകിലാണ്. നമ്മളൊക്കെ ജനിക്കുന്നതിന് വളരെക്കാലം മുമ്പ്. അങ്ങനെ തോന്നുന്നില്ലേ?''

ഞാൻ നാലുപാടും പകച്ചു നോക്കി. ശരിയാണ്. ചുറ്റും ഞാൻ കണ്ട കാലത്തിന്റെ പരിചിത പരിസരങ്ങളല്ലായിരുന്നു. കുറച്ചകലെയുള്ള മറ്റൊരു കെട്ടിടത്തിലെ ജനാലയിൽ നിന്നും വെട്ടം പുറത്തേക്കു തെറിച്ചുവീഴുന്നുണ്ടായിരുന്നു. അവിടെയാരോ ടൈപ്പ് ചെയ്തുകൊണ്ടിരിക്കുന്ന ശബ്ദം കേൾക്കാം. പൂർത്തിയായ ഓരോ വരിയിലും ടൈപ്പ്റൈറ്റർ മണിയടി ശബ്ദം കേൾപ്പിച്ചു.

''അകത്തു കാണുന്ന ഗ്വാട്ടിമാലൻ വംശജർ ജനിച്ചത് നിങ്ങളെപ്പോലെ മനുഷ്യരായിട്ടാണെങ്കിലും ജീവിക്കുന്നത് ഞങ്ങളെപ്പോലെ ഗിനിപ്പന്നികളായാണ്. ഇവരുടെയിടയിൽ സാധാരണക്കാരും മനോരോഗികളുമുണ്ട്. ഇതും മറ്റൊരു അമേരിക്കൻ ഗവേഷണം.''

വൃക്ഷങ്ങളിലെ ഇലകളെയിളക്കി ഒരു കാറ്റ് കൗശലക്കാരനായ അയൽവാസിയെപ്പോലെ അവിടെയൊന്ന് ചുറ്റിത്തിരിഞ്ഞിട്ട് പുതിയ കാഴ്ചകൾ തേടി എങ്ങോട്ടോ പോയി.

'ഹോ എന്തൊരുയരം.' അടുത്തുനിന്ന ഓക്ക് മരത്തിന്റെ മുകളിലേക്ക് തലയുയർത്തി നോക്കി വെളുത്ത ഗിനിപ്പന്നി ആത്മഗതമെന്നോണം പറഞ്ഞു.

വെളുത്തു സുന്ദരിയായ ഒരു സ്ത്രീ ഒരു മനുഷ്യനോടൊപ്പം അങ്ങോട്ടു നടന്നു വരുന്നുണ്ടായിരുന്നു. അടുത്ത് വരുന്തോറും അവളുടെ മദാലസമായ സൗന്ദര്യം കൂടുതൽ വെളിവായി. ചെറിയ കുത്തുകൾപോലെയുള്ള മുഖത്തെ പാടുകൾ ആ സ്ത്രീയുടെ സൗന്ദര്യത്തിന് ഒട്ടും മാറ്റുകുറച്ചില്ല.

കറുത്ത ഗിനിപ്പന്നി എന്നെ തോണ്ടിയിട്ട് പറഞ്ഞു. ''ആ പോയത് ഈ നാട്ടിലെ ഏറ്റവും സുന്ദരിയായ വേശ്യയാണ്. സിഫിലിസ് എന്ന

മാരകമായ ലൈംഗികരോഗം അവളെ ബാധിച്ചിട്ടുണ്ട്. പുതുതായി ഇവിടെയെത്തിയ പുരുഷന്മാരുടെ മുറിയിലേക്കാണ് അവൾ പോയത്.''

സിഫിലിസ് അത്ര മാരകമല്ലന്നുള്ള എന്റെ ചിന്ത അറിഞ്ഞിട്ടെന്ന പോലെ അത് പറഞ്ഞു, ''ഇത് എഴുപത്തഞ്ച് വർഷത്തോളം മുമ്പാണെന്ന് ഓർക്കണം. അന്ന് ലഭ്യമായിരുന്ന മരുന്നുപോലും ഇവർക്ക് നൽകുന്നില്ല.''

അതിന്റെ തുടർച്ചയെന്നോണം വെളുത്തവൻ തുടർന്നു. ''ഈ രോഗത്തിന്റെ വളൾച്ച മനസ്സിലാക്കുവാനാണീ പഠനങ്ങൾ. ഭക്ഷണവും സിഗരറ്റും മാത്രമാണ് ഈ മനുഷ്യർക്ക് പ്രതിഫലമായി നൽകുന്നത്. ഇതിൽ പലരും രോഗബാധിതരല്ല. രോഗാണു കുത്തിവെച്ചും രോഗികളായ വേശ്യകളിലൂടെ രോഗം പകർത്തിയുമാണ് ഇവരെ ഗവേഷണത്തിന് ഉപയോഗിക്കുന്നത്.''

വല്ലാത്ത ഒരു അമർഷം എന്നിൽ ഉടലെടുത്തു. അത് നെഞ്ചിനുള്ളിൽ ഭാരമായി വളർന്നു.

''ആ സ്ത്രീയേയും കുട്ടിയേയും കണ്ടോ?'' വെളുത്ത ഗിനിപ്പന്നി കൈ ചൂണ്ടിയ സ്ഥലത്തേക്ക് ഞാൻ നോക്കി. മൂലയ്ക്ക് അയഞ്ഞ വസ്ത്രം ധരിച്ചിരുന്ന മെലിഞ്ഞ ഒരു സ്ത്രീ ഒരാളോട് സംസാരിച്ചു നില്ക്കുന്നു. അവരുടെ കൈയിലിരുന്ന കുട്ടി ഇടയ്ക്ക് കരഞ്ഞുകൊണ്ടിരുന്നു. പുരുഷനും സ്ത്രീയും എന്തോ അടക്കം പറഞ്ഞു ചിരിച്ചു.

''ഇവിടെ നടത്തുന്ന ഗവേഷണത്തിൽ ഉൾപ്പെട്ട ആ പുരുഷനോടോപ്പമുള്ളത് അയാളുടെ ഭാര്യയും കുഞ്ഞുമാണ്. അയാളിവിടെ ഞങ്ങളെപ്പോലെ ഗിനിപ്പന്നിയാണെന്നുള്ള കാര്യം അയാൾക്കോ ഭാര്യക്കോ അറിയില്ല.''

എന്റെ കണ്ണുകൾ അവരിൽ തറച്ചു നിന്നു. ഇരുട്ട് മാറാല കെട്ടിയ മനസ്സിന്റെ മുഷിഞ്ഞ ചുവരുകളിൽ യാഥാർത്ഥ്യത്തിന്റെ മിന്നൽ പിണരുകൾ വേദനയുടെ വിള്ളലുകൾ വീഴ്ത്തി.

''ചില ദിനങ്ങളിൽ പരീക്ഷണങ്ങളിൽ ഏർപ്പെട്ടിരിക്കുന്ന മനുഷ്യർക്ക് തങ്ങളുടെ കുടുംബത്തോടൊപ്പം ജീവിക്കാൻ അനുമതിയുണ്ട്. ഇവരിൽനിന്നും ഭാര്യമാർക്കും ഈ രോഗം പടർന്നിട്ടുണ്ട്. ഇവർക്ക് ഉണ്ടാകുവാൻ പോകുന്ന കുഞ്ഞുങ്ങൾ ഇതേ രോഗവുമായാവും ജനിക്കുന്നത്. അവരുടെ സ്ഥിതി എന്താവുമെന്ന് ഊഹിക്കാമല്ലോ?'' കറുത്ത ഗിനിപ്പന്നി എന്റെ കണ്ണുകളിലേക്ക് നോക്കി.

ഞാൻ ആ സ്ത്രീയേയും കുട്ടിയേയും നോക്കി നിന്നു. ഞാങ്കണകൾ കാറ്റിൽ കൂട്ടിയടിക്കുന്ന പോലെയൊരു ശബ്ദം അകലെ

നിന്നു കേൾക്കാമായിരുന്നു. പെയ്തൊഴിയാനാവാത്ത കാർമേഘങ്ങൾപോലെ എന്റെ മനസ്സിൽ നൊമ്പരം ഒരു വിങ്ങലായി മാറി.

അടുത്ത മുറിയിൽനിന്നും നേഴ്സിനെപ്പോലെ വസ്ത്രം ധരിച്ചിരുന്ന സ്ത്രീയുടെ കൂടെ ഏകദേശം പത്ത് വയസ്സ് തോന്നിക്കുന്ന ഒരു ബാലിക വിതുമ്പിക്കൊണ്ട് വരാന്തയിലൂടെ നടന്നുപോയി.

''കണ്ടാൽ ലച്മിയെപ്പോലെ അല്ലേ. അടുത്തുള്ള അനാഥാലയത്തിലെ കുട്ടിയാണ്. എല്ലാ ആഴ്ചയിലും പരീക്ഷണത്തിന്റെ ഭാഗമായി ഇവളുടെ ഇളംശരീരത്തിൽ സിഫിലിസ് രോഗാണുക്കളെ കുത്തിവെച്ചുകൊണ്ടിരിക്കുന്നു.''

ഉള്ളിലെവിടയോ കരഞ്ഞുതളർന്ന ശോകപ്പക്ഷികൾ ചിറകു കുടഞ്ഞ് കുറുകി. കാഴ്ച മങ്ങുന്നതുപോലെ. മിഴി തുറന്നിട്ടും മുന്നിൽ കൊടിയ ഇരുട്ടുമാത്രം.

''സഹതപിക്കേണ്ട. നിങ്ങളുടെ കാര്യം ഇതിലും കഷ്ടമാണ്. ഭരണകൂടങ്ങളുടെ ഗിനിപ്പന്നികളായി മനുഷ്യജാതി മാറുകയല്ലേ. മതമൗലികവാദികളുടെ വർഗ്ഗീയ വിഷം കുടിച്ചു നിങ്ങളൊക്കെ എന്നേ മൃതപ്രായരായി.'' ഗിനിപ്പന്നിയുടെ സ്വരത്തിൽ സഹതാപം തുളുമ്പി നിന്നു.

ഞാൻ കണ്ണുകൾ മുറുക്കിയടച്ചു. ഉറക്കത്തിലേക്ക് വഴുതിവീണ ഞാൻ എപ്പോഴോ ചെറിയ ഒരു തുരുത്തിലെത്തി. ബോൺസായി മരങ്ങൾ മാത്രം നിറഞ്ഞ ഒരു തുരുത്ത്. ആ മരത്തണലുകളിൽ കുറെ ഗിനിപ്പന്നികൾ മയങ്ങുന്നു. പെട്ടെന്നാണ് ആ ബോൺസായി മരങ്ങൾ വളരാൻ തുടങ്ങിയത്. നിമിഷങ്ങൾക്കകം അവ മാനംമുട്ടെ വളർന്നു വടവൃക്ഷങ്ങളായി മാറി. ശക്തിയായി ഒരു കാറ്റ് വീശുകയും പെരുമഴപോലെ ആ മരങ്ങളിൽനിന്നും ഇലകൾ ഒന്നൊന്നായി പൊഴിയുകയും ചെയ്തു. ക്രമേണ മരച്ചില്ലകളിൽ മറഞ്ഞിരുന്ന കറുത്ത വാവലുകൾ ദൃശ്യമായി. തലകീഴായി തൂങ്ങിക്കിടന്ന അവ വൃക്ഷച്ചുവട്ടിലേക്ക് ഇമവെട്ടാതെ നോക്കുന്നുണ്ടായിരുന്നു. ആ മരത്തണലിൽ മയങ്ങിക്കിടന്നിരുന്ന ഗിനിപ്പന്നികളെവിടെ? അവിടെയൊക്കെ തിരഞ്ഞെങ്കിലും കാണാൻ കഴിഞ്ഞില്ല. തലയുയർത്തി നോക്കിയപ്പോൾ മുകളിലെ മരച്ചില്ലകളിൽ കണ്ണുകൾ തുറിച്ച് കറുത്ത വാവലുകൾ...

രാവുണർന്നപ്പോൾ ഉറക്കം തെളിഞ്ഞ ഞാൻ ചാടിയെഴുന്നേറ്റു ഗിനിപ്പന്നികളുടെ കൂടിനടുത്തേക്ക് കുതിച്ചു. അവിടെ രണ്ടുപേരും എനിക്ക് മുഖം തരാതെ കൂട്ടിലിട്ടിരുന്ന കച്ചി ചവച്ചുകൊണ്ടിരുന്നു. ഒരല്പനേരം ഞാനവിടെ നിന്നു. രാത്രിയിൽ കണ്ട ഓരോ ചിത്രവും വ്യക്തമായി മനസ്സിൽ തെളിഞ്ഞു. സ്വബോധത്തെ ആരോ ചോദ്യം ചെയ്തുകൊണ്ടിരിക്കുന്നു.

തളർന്നു കസേരയിലിരുന്ന എന്റെ അടുത്ത് അവധിദിനത്തിന്റെ ആലസ്യത്തിൽ നിന്നെഴുന്നേറ്റുവന്ന മകൾ ഉറക്കച്ചടവോടെ ചിണുങ്ങിക്കൊണ്ട് ചേർന്ന് നിന്നു. പിന്നെ ഓരോന്ന് പറഞ്ഞ് മടിയിൽ ചാടി കയറിയിരുന്നു.

''ടെൽ മി യെ സ്റ്റോറി അപ്പാ.'' ലക്ഷ്മി കൊഞ്ചി.

''ങേ... ഇപ്പോഴോ, രാത്രിയിലല്ലേ കഥ പറയുക.'' ഞാൻ ചിന്തകളിൽ നിന്നുണർന്നു.

''പ്ലീസ് അപ്പാ. കഥ എപ്പോഴും പറയാമല്ലോ?'' അവൾ പ്രതിഫലമെന്നോണം എന്റെ കവിളിൽ ഒരുമ്മ തന്നു.

ശരിയാണ്. കഥകൾക്ക് പ്രത്യേക സമയഭേദമില്ലല്ലോ. ഏതു കഥയാണ് പറയുക? ലക്ഷ്മിയെ മാറോട് ചേർത്ത് പിടിച്ച് ഞാൻ അൽപ നേരം അവിടെയിരുന്നു. അവളുടെ ശരീരം ഗിനിപ്പന്നികളുടെ കൈകളെന്നപോലെ തണുത്തിരുന്നു.

''രാജ്യം ഉപേക്ഷിച്ച രാജകുമാരന്റെ കഥ.'' പണ്ട് പറഞ്ഞു നിറുത്തിയ കഥ അവൾ ഓർമ്മിപ്പിച്ചു.

അതൊരു പഴയ കഥ. ഇന്നെവിടെയാണ് സത്യാന്വേഷണത്തിനായി അധികാരം വെടിയുന്ന രാജാക്കന്മാരും ജ്ഞാനത്തിന് തണലേകുന്ന ബോധിവൃക്ഷങ്ങളും? പുതിയ കാലത്തിന്റെ കഥ അവളും അറിയേണ്ടതല്ലേ.

''നീ ഇതുവരെ കേൾക്കാത്ത പുതിയൊരു കഥ പറയാം. തായ് വേര് മുറിച്ചിട്ടും വാനോളം വളരാൻ കൊതിച്ച ബോൺസായി മരങ്ങളുടേയും അവിടെ തണൽതേടിയ കുറെ ഗിനിപ്പന്നികളുടേയും കഥ.''

കൂടിനോട് ചേർത്ത് തലകീഴായി ഉറപ്പിച്ചിരുന്ന കുപ്പിയിലൂടെ ഊറിയെത്തിയ വെള്ളം വലിച്ചു കുടിച്ചുകൊണ്ട് ഗിനിപ്പന്നികൾ ആ കഥ കേൾക്കാൻ സാകൂതം ചെവികൾ കൂർപ്പിക്കുന്നുണ്ടായിരുന്നു. ■

# പാപം ചെയ്യാത്തവർ

**ഇ**തുതന്നെയാവുമോ വീട്?

പടർന്ന് പന്തലിച്ചുനിന്ന ചാമ്പമരത്തിനോട് ചേർന്നായിരുന്നു വെയിൽപാളികൾ നിഴൽ വീഴ്ത്തിയ ആ വീട്. തകരഷീറ്റുകൊണ്ടുള്ള ഗേറ്റിനു മുമ്പിൽ യുവാവ് അൽപനേരം ജാള്യതയോടെ നിന്നു. ബസ്സിൽ നിന്നിറങ്ങി മുഖം കുനിച്ചു നടന്നിട്ടും വഴിയാത്രക്കാർ തന്നെ ശ്രദ്ധിക്കുന്നതായി ചെറുപ്പക്കാരന് തോന്നിയിരുന്നു. കവലയിൽ വണ്ടിയിറങ്ങിയ ശേഷം കുറച്ചുദൂരം നടന്നാൽ ഒരു നാട്ടുവൈദ്യരുടെ കടയുണ്ടെന്നും അത് കഴിഞ്ഞുള്ള വളവ് കഴിഞ്ഞുള്ള മൂന്നാമത്തെ ഓടിട്ട വീടെന്നുമാണ് ദാസപ്പൻ പറഞ്ഞത്. വീടിനോട് ചേർന്ന് വലിയൊരു ചാമ്പമരം ഉണ്ടെന്നതായിരുന്നു മറ്റൊരു അടയാളം. അവിടെ ചെന്നാൽ മതിയെന്നും താൻ എല്ലാം വിളിച്ച് പറഞ്ഞിട്ടുണ്ടെന്നും അയാൾ ഉറപ്പുതന്നതാണ്.

അകത്ത് എന്തെങ്കിലും അനക്കം കേൾക്കുന്നുണ്ടോയെന്ന് ഒരു നിമിഷം കാതോർത്തിട്ട് യുവാവ് ഗേറ്റിലെ ഓടാമ്പൽ ഒന്നിളക്കി ശബ്ദമുണ്ടാക്കി. വഴിയരികിൽ പുല്ലുതിന്നുകൊണ്ടിരുന്ന പശു അയാളെ തലയുയർത്തി നോക്കി. തലയൊന്നു കുലുക്കിയിട്ട് മെല്ലെ അത് പുൽനാമ്പിലേക്കു വീണ്ടും തല താഴ്ത്തി.

അല്പസമയത്തിനുള്ളിൽ തുരുമ്പ് വീണ കൊളുത്തിലുരുമ്മി ഗേറ്റ് വികലശബ്ദമുണ്ടാക്കി അകത്തുനിന്നും പാതി തുറന്നു. ഏകദേശം നാൽപ്പത് വയസ്സ് പ്രായം തോന്നിച്ച ഒരു സ്ത്രീ പുറത്തേക്ക് തല നീട്ടി. കടുംനീല നിറത്തിലുള്ള ബ്ലൗസും വെള്ള മുണ്ടുമായിരുന്നു അവർ ധരിച്ചിരുന്നത്. ഒരു വെള്ള തോർത്തുകൊണ്ട് മാറ് മറച്ചിരുന്നു. അവർ തന്റെ ഈറനണിഞ്ഞ മുടി ഒതുക്കി ഗേറ്റിൽ ശരീരം അമർത്തിപ്പിടിച്ച് ചോദ്യഭാവത്തിൽ നിന്നു.

''ജാൻസിയുടെ വീടല്ലേ, ദാസപ്പൻ പറഞ്ഞിട്ട്...'' യുവാവ് അവരെ നോക്കി ഇളിഭ്യനായി ചിരിച്ചു.

പാന്റ്സും ഷർട്ടും ധരിച്ച് മുടി പറ്റെവെട്ടിയ ആ ചെറുപ്പക്കാരനെ അവർ അടിമുടി നോക്കി. ഒന്നും പറയാതെ ഒന്ന് മൂളിയിട്ട് തിരികെ അകത്തേക്ക് നടന്നു. ചെറുപ്പക്കാരൻ ഒന്ന് മടിച്ചുനിന്ന ശേഷം അവരെ പിന്തുടർന്നു. മുറ്റത്തിന് കുറുകെ വലിച്ചുകെട്ടിയിരുന്ന അയയിൽ വിരിച്ചിരുന്ന പുതപ്പ് കാറ്റിന്റെ ദിശ അറിയിച്ചുകൊണ്ടിരുന്നു. ഉമ്മറത്ത് പൂട്ടിയിട്ടിരുന്ന നായ ചെറുതായി മുറുമ്മിയിട്ട് സന്ദർശകനെ നോക്കി ഒന്നു കുരച്ചു. പിന്നെ പരിചിതനെ കണ്ടിട്ടെന്നപോലെ വാലാട്ടി. മണൽ നിരത്തിയ മുറ്റത്തേക്ക് ചാഞ്ഞുനിന്ന ചാമ്പമരത്തിനു താഴെ വീണുകിടന്ന കിളികൊത്തിയ ചാമ്പങ്ങകളിൽ ചവിട്ടാതെ യുവാവ് നടന്നു.

''എന്താ ചൂട്'' എന്ന ആത്മഗതത്തോടെ ആ സ്ത്രീ മുറ്റത്തെ കിണറ്റിൽനിന്നും വെള്ളം കോരി അവിടെ വെച്ചിരുന്ന ഓടപോലെ നീണ്ട കളിമൺപാത്രത്തിൽ ഒഴിച്ചു. പിന്നെ മരച്ചില്ലയിലിരുന്ന കിളികളെ നോക്കി പറഞ്ഞു. ''വന്നു കുടിച്ചോ?''

''ദാഹിക്കുന്നുണ്ടോ? ഈ കിണറ്റിലെ നല്ല തെളിനീരാണ്.'' തൊട്ടി താഴെവെക്കാതെ അവർ യുവാവിനോട് ചോദിച്ചു. അവർ യുവാവിന്റെ കൈക്കുമ്പിളിൽ ജലം പകർന്നു. തണുത്തു ശുദ്ധമായ ജലം കൊണ്ട് മുഖം കഴുകി യുവാവ് ഒരു കവിൾ കുടിച്ചു.

വീട്ടിനുള്ളിലേക്ക് കയറിയപ്പോൾ സോഫാ ചൂണ്ടിക്കാണിച്ച് ഇരിക്കാൻ ആംഗ്യം കാട്ടിയിട്ട് സ്ത്രീ മേശയുടെ നടുക്കിരുന്ന ഇസ്തിരിപ്പെട്ടിയിൽ തൊട്ട് ചൂടുണ്ടോയെന്ന് നോക്കി അതെടുത്ത് മേശയുടെ മൂലയിലേക്ക് മാറ്റി വെച്ചു.

''കുറെ നേരമായോ വന്നിട്ട്? ഞാൻ കറികളൊക്കെയുണ്ടാക്കിയിട്ട് ഒന്നു കുളിച്ചു. തുണി തേയ്ക്കാൻ തുടങ്ങിയപ്പോഴാ... അല്ല, പേര് പറഞ്ഞില്ലല്ലോ?'' ഒന്ന് നിറുത്തിയിട്ട് അവർ ചെറുപ്പക്കാരനെ നോക്കി.

''എന്ത് വേണമെങ്കിലും വിളിച്ചോളൂ.'' ചെറുപ്പക്കാരനൊരു കുസൃതിച്ചിരി ചിരിച്ചു.

''ജാൻസി ഒരാൾ വന്നേക്കുമെന്ന് പറഞ്ഞതാ. അത്യാവശ്യമായി അവൾ ടൗണിൽ ആരെയോ കാണാൻ പോയതാ. ഇന്നിനി താമസിച്ചേ വരൂ. ഇരിക്കുന്നോ അതോ?''

മുടി കോതിക്കൊണ്ട് നിന്ന അവരുടെ മുടിയിഴയിൽനിന്ന് രണ്ടുമൂന്നു വെള്ളത്തുള്ളികൾ താഴേക്ക് ഇറ്റു വീണു.

''ങേ... സാരമില്ല. വെയ്റ്റ് ചെയ്തോളാം.'' പരിഭ്രമം ഒട്ടും പുറത്തു കാണിക്കാതെ ചെറുപ്പക്കാരൻ സോഫയിലിരുന്നു. ഇളംനീല ചായം പൂശിയ ഭിത്തിയിൽ തൂക്കിയ ക്രൂശിതനായ ക്രിസ്തുവിന്റെ ചിത്രത്തിനു

താഴെ ഉറപ്പിച്ചിരുന്ന പലകയിൽ പാതി കത്തിത്തീർന്ന രണ്ട് മെഴുകു തിരികളുണ്ടായിരുന്നു. ചുമരിൽ തൂക്കിയിരുന്ന കലണ്ടറിലെ അക്കങ്ങളിൽ ചുമന്ന മഷികൊണ്ട് ചില വട്ടങ്ങൾ. അതിൽ ചിലതിൽ എന്തോ കുത്തിക്കുറിച്ചിരുന്നു. ഭിത്തിയിലെ ഷെൽഫിൽ കുറെ പുസ്തകങ്ങൾ ഒന്നിനുമീതെ ഒന്നായി അടുക്കിവെച്ചിരുന്നു.

മാറ് മറച്ചിരുന്ന തോർത്തെടുത്ത് അവർ മുഖം തുടച്ചു. വെളുത്ത വയറിലെ കുഴിഞ്ഞ പൊക്കിൾക്കുഴിയിലേക്ക് തലമുടിയിൽനിന്നും ഇറ്റുവീണ ഒരു തുള്ളി ഒഴുകിയിറങ്ങാതെ മടിച്ചു നിന്നു.

അയാളുടെ കാൽപാദത്തിനരികിലൂടെ പല്ലി പൊഴിച്ച ഒരു വാല് വഹിച്ചുകൊണ്ട് ഉറുമ്പുകൾ പോകുന്നുണ്ടായിരുന്നു. യുവാവ് മേശയിൽ കിടന്ന സിനിമാവാരിക വെറുതെ മറിച്ചു നോക്കി.

ടിവി ഓൺ ചെയ്ത് വാർത്ത വെച്ചിട്ട് അവർ ചോദിച്ചു. ''ചാനൽ മാറ്റണോ?''

''വേണ്ട.''

''ഇനിയെന്തെങ്കിലും കുടിക്കാൻ?''

''ഒന്നും വേണ്ട. വന്നവഴി വൈദ്യരുടെ കടയിൽനിന്നും നാരങ്ങാവെള്ളം കുടിച്ചതാ.''

ബസ്സിറങ്ങിവന്നപ്പോൾ യുവാവിന് ഒരു പരവേശം തോന്നിയിരുന്നു. അവിടെനിന്നും കുടിച്ച ഐസ് ഇട്ട സോഡാ നാരങ്ങാവെള്ളത്തിന്റെ തണുപ്പ് തൊണ്ടയിൽ കുരുങ്ങിയ ഉൽക്കണ്ഠയെ അകറ്റിയതാണ്.

''ഓ...'' എന്തെങ്കിലും തരാൻ കഴിയാത്തതിൽ അവർക്ക് നിരാശയുള്ളതുപോലെ തോന്നി. ടിവിയിലെ വിലക്കയറ്റത്തെപ്പറ്റിയുള്ള വാർത്തയ്ക്ക് കാതോർത്ത് സ്ത്രീ ആരോടെന്നില്ലാതെ പിറുപിറുത്തു. ''സാധാരണക്കാരെങ്ങനെ ജീവിക്കും?''

''ടൗണിൽ തന്നെയാണോ വീട്?'' അവർ ചോദിച്ചു.

''അതെ.'' ഭിത്തിയിലെ തുരുമ്പിച്ചു തുടങ്ങിയ ട്യൂബ്ഫ്രെയിമിനുള്ളിൽനിന്നും പുറത്തേക്ക് നീണ്ടുനിന്ന പല്ലിയുടെ വാൽ അനങ്ങുന്നത് നോക്കി യുവാവ് പറഞ്ഞു.

''എന്നാ തിരിച്ച്?'' അവർ ചോദിച്ചു.

''ങേ?''

''എന്നാ തിരിച്ചു ദുബായിലേക്കെന്ന്?'' അവർ ശബ്ദമുയർത്തി ചോദിച്ചു.

''അടുത്തയാഴ്ച.'' ചെറുപ്പക്കാരൻ ചിരിക്കാൻ ശ്രമിച്ചു.

ആ നാട്ടുകാരല്ലാത്തവർക്ക് മാത്രമേ അവിടെ വരാൻ അനുമതിയുണ്ടായിരുന്നുള്ളൂ. വിദേശത്തു ജോലിയാണെന്ന് പറഞ്ഞാൽ മാത്രമേ ജാൻസിയെ കാണാൻ കഴിയുകയുള്ളൂവെന്ന് ദാസപ്പനാണ് പറഞ്ഞത്. വിശ്വസിക്കാവുന്ന ഇടമാണെന്നും ജാൻസിക്ക് അവിടെ വരുന്നയാളെ ഇഷ്ടമാകേണ്ടതുണ്ടെന്നും കൂടെ താമസിക്കുന്ന സ്ത്രീ അത്തരക്കാരിയല്ലെന്നും അയാൾ സൂചിപ്പിച്ചിരുന്നതാണ്. ഒരു സുഹൃത്തുവഴിയാണ് ദാസപ്പനെന്ന കൂട്ടിക്കൊടുപ്പുകാരനെ പരിചയപ്പെടുന്നത്. തന്നെക്കുറിച്ച് കൂടുതലായൊന്നും യുവാവും ആയാളോട് പറഞ്ഞിരുന്നില്ല.

പരിഭ്രമം അകന്നപ്പോൾ ചെറുപ്പക്കാരൻ ആ സ്ത്രീയെ ശ്രദ്ധിച്ചു. വിടർന്ന കണ്ണുകളും പ്രസന്നമായ മുഖവും ഒതുങ്ങിയ ശരീരവും താളാത്മകമായ അംഗചലനങ്ങളും ആരെയും ആകർഷിക്കുമായിരുന്നു. സംസാരിക്കുമ്പോഴും ചിരിക്കുമ്പോഴും അവരുടെ കവിളിന്റെ വശത്തായി താടിക്ക് താഴെയുള്ള കറുത്ത മറുക് മുഖത്ത് പല ആകൃതിയിൽ രൂപം മാറിക്കൊണ്ടിരുന്നു. ആ പ്രായത്തിലും അത് അവരുടെ ചന്തം കൂട്ടി.

ന്യൂസ് ചാനലിൽ വാർത്താവിശകലനമായിരുന്നു. മന്ത്രിക്കെതിരെയുള്ള അഴിമതി ആരോപണങ്ങളിലെ കഴമ്പന്വേഷിക്കുകയായിരുന്നു രാഷ്ട്രീയ നിരീക്ഷകർ. അവർ പെട്ടെന്ന് ചാനൽ മാറ്റി. സ്ത്രീ സമത്വത്തെക്കുറിച്ചായിരുന്നു അടുത്ത ചാനലിലെ വിശകലനം.

''എന്ത് സമത്വം? മണ്ണാങ്കട്ട.'' അവർ പറഞ്ഞു.

പുറത്ത് ചാമ്പങ്ങകൾ ഇടയ്ക്കിടെ വീഴുന്ന ശബ്ദം കേൾക്കാമായിരുന്നു.

''വലിക്കുമോ? സിഗരറ്റു വല്ലോം വേണോ?'' ചെറുപ്പക്കാരനെ നോക്കി അവർ ചോദിച്ചു.

ഒരു ചെറിയ അമ്പരപ്പ് തോന്നിയെങ്കിലും അത് പുറത്തു കാണിക്കാതെ ചെറുപ്പക്കാരൻ വേണ്ടെന്ന് തലയാട്ടി. സ്ത്രീ മന്ദഹസിച്ചുകൊണ്ട് മേശയിൽനിന്നും ഒരു സിഗരറ്റ് എടുത്ത് കത്തിച്ചു. അപ്പോൾ അതുവരെ ഒളിഞ്ഞിരുന്ന അവരുടെ ചുണ്ടിന് താഴെയുള്ള മറ്റൊരു ചെറിയ കറുത്ത മറുക് അയാൾ കണ്ടു.

''ഇവിടെ വന്ന ചിലരിൽ നിന്നും കിട്ടിയ ശീലമാ. ജാൻസിക്ക് ഞാൻ വലിക്കുന്നതിഷ്ടമല്ല. അതിനിപ്പം എന്നാ കുഴപ്പം? അല്ലാപിന്നെ.'' അവർ തുടർന്നു. അത് പറഞ്ഞപ്പോൾ അവരുടെ മുഖത്തെ നീണ്ട മറുക് ഒരു അടയ്ക്കാകുരുവിയുടേതെന്നപോലെ ചിറകുകൾ വിരിച്ചു.

''മദ്യം കുടിക്കുമോ?'' യുവാവ് ഒരു കൗതുകത്തിനു ചോദിച്ചു.

''ചിലപ്പോ. അതിനെന്താ... ചിലരു കുപ്പി തന്നിട്ട് പോകാറുണ്ട്. പിന്നെ മാസത്തിലൊന്നു ദാസപ്പൻ വരുമ്പോൾ കൊണ്ടുവരും. അപ്പോ ജാൻസിയുടെ കൂടെ ചിലപ്പോൾ ഞാനും കൂടും.''

അവർ വീണ്ടും ടിവിയിൽ ശ്രദ്ധിച്ചു. ഡൽഹിയിലെ ഉപതിരഞ്ഞെടുപ്പിലെ മത്സരഫലത്തെക്കുറിച്ചുള്ള വാർത്ത അവർക്ക് ഉന്മേഷം പകർന്നു.

ചെറുപ്പക്കാരൻ അല്പനേരം കണ്ണുകളടച്ചിരുന്നു. ടിവിയിലെ വാർത്തയോടൊപ്പം സ്ത്രീയുടെ ആത്മഗതങ്ങളും അയാൾക്ക് കേൾക്കാമായിരുന്നു. അതോടൊപ്പം അവരുടെ മുഖത്തെ മറുകുകൾ ഏതു ചിത്രങ്ങളാവും വരയ്ക്കുക എന്നയാൾ ചിന്തിച്ചു.

''കുഞ്ഞമ്മയ്ക്കാരാ ഉള്ളത്?'' ചെറുപ്പക്കാരന്റെ സംബോധനയിൽ അവരുടെ മുഖം തുടുത്തു.

''ഓ... ആരുമില്ല. ജാൻസിയുടെ വകയിലൊരു ചിറ്റമ്മയാണന്നേയുള്ളൂ. അവൾ നിർബന്ധിച്ചിട്ട് ഒരു സഹായത്തിന് കൂടെ നിൽക്കുന്നെന്നേയുള്ളൂ. അവൾക്ക് ഒരു ആപത്ത് വരില്ലല്ലോ.''

ഒരു ദീർഘശ്വാസം വിട്ട് അവർ തുടർന്നു. ''ഞാൻ നല്ല പ്രായത്തിൽ കെട്ടിയില്ല. എനിക്കൊരാളെ ഇഷ്ടമായിരുന്നു.'' നഷ്ടപ്രണയത്തിന്റെ നൊമ്പരം മഞ്ഞവെയിലായി ആ കണ്ണിൽ തിളങ്ങി. അനുരാഗിണിയുടെ സമസ്തഭാവങ്ങളും ഞൊടിയിടയിൽ അപ്പോൾ ആ മുഖത്ത് മിന്നിമറഞ്ഞു.

''പട്ടാളത്തിൽ ജോലി കിട്ടിപ്പോയിട്ട് അയാൾ പിന്നെ തിരിച്ചു വന്നില്ല. കൊല്ലപ്പെട്ടതാണെന്നാ കരുതിയേ. പിന്നെ കേട്ട് ഒരു ഹിന്ദിക്കാരിയെ കെട്ടി വടക്കേ ഇന്ത്യയിലെവിടെയോ താമസിക്കുവാണെന്ന്.'' ആരോ ചോദിക്കാനിരുന്നപോലെ അവർ ഒറ്റശ്വാസത്തിൽ അവരുടെ നഷ്ടപ്രണയത്തിന്റെ ചുരുൾ നിവർത്തി. ഒരു വശത്തേക്ക് തലതിരിച്ച് സിഗരറ്റിന്റെ പുക അവർ ശക്തിയായി ഊതി.

''ഓ... അത് നന്നായി. അയാൾക്ക് ഭാഗ്യമില്ലന്നേ ഞാൻ പറയൂ. ഇനി ചിലപ്പോൾ എന്റെ മണവാളൻ വരുന്നേയുള്ളായിരിക്കും.'' അവർ ചിരിച്ചു. പ്രണയ താഴ്‌വരയിലെ ലില്ലിപ്പൂപോലെ സുന്ദരമായിരുന്നു ആ ചിരി.

''ജാൻസി കെട്ടിയതാണോ?'' യുവാവ് ചോദിച്ചു.

''അവളെ ഭർത്താവ് ഉപേക്ഷിച്ചതാ. കൊച്ചിനെ അയാള് കൊണ്ടുപോയി. പിന്നെ ഞാനാ ഒരു കൂട്ട്. അവളൊരു പാവാ. ഇങ്ങോട്ട് ഞങ്ങൾ താമസം മാറീട്ട് രണ്ടു വർഷമേയായുള്ളൂ. നേരത്തെ താമസിച്ചിടത്ത് സദാചാരക്കാരുടെ ശല്യമായിരുന്നു. ഇരുട്ടുവീഴുമ്പോൾ

ശൃംഗരിക്കാൻ വരും. വഴങ്ങാത്തപ്പോൾ സദാചാരപ്പൊലീസാവും. ചെറ്റകൾ...'' അത് പറഞ്ഞപ്പോൾ അവരുടെ മുഖത്തെ മറുക് ഒരു അമ്പുപോലെ കൂർത്തു.

''ഇതാ ഇപ്പം കുറ്റം! കൊച്ചുകുട്ടികളെപോലും വെറുതെ വിടാത്ത വെറിയന്മാരാ ചുറ്റും. ഇവിടയുമുണ്ട് അവറ്റകൾ...'' ഇത് പറഞ്ഞിട്ട് ആ സ്ത്രീ സിഗരറ്റ് ഒന്നു ആഞ്ഞുവലിച്ചു. അവരുടെ സംസാരം യുവാവിനെ അമ്പരപ്പിച്ചു.

എന്തോ കണ്ടിട്ടെന്നപോലെ ഇടയ്ക്കൊക്കെ പട്ടി കുരച്ചുകൊണ്ടിരുന്നു. ജനാലയിലെ കർട്ടൻ മാറ്റി പുറത്തേക്ക് നോക്കിയിട്ട് അവർ ഉച്ചത്തിൽ പറഞ്ഞു, ''ചുമ്മാ കയറുപൊട്ടിക്കേണ്ട. നേരത്തെ വയറ് നിറച്ചു തന്നതല്ലേ?'' അതുകേട്ടിട്ട് കുര നിറുത്തി നനവാർന്ന മൂക്ക് വിടർത്തി മൂളിക്കൊണ്ട് നായ ചുറ്റും മണം പിടിച്ചു.

ആ സ്ത്രീയുടെ മുഖത്ത് താൻ കാണാത്ത മറുക് ഇനിയുമുണ്ടോ യെന്ന് ശ്രദ്ധിച്ചിരുന്ന ചെറുപ്പക്കാരനോട് അവർ ചോദിച്ചു. ''എന്താ ചെയ്യുന്നേ? കെട്ടിയതാണോ?''

ഉടനെ അതിനുത്തരം പറയാതെ ചെറുപ്പക്കാരൻ ഒരു സിഗരറ്റ് ചോദിച്ച് വാങ്ങി കത്തിച്ചു. എന്നിട്ട് പതിഞ്ഞ ശബ്ദത്തിൽ പറഞ്ഞു, ഒരു കമ്പനിയിലാ. പിന്നെ എഴുതാറുണ്ട്.''

അത് മനസ്സിലാവാത്തപോലെ അവർ ചെറുപ്പക്കാരനെ നോക്കി.

''കഥയും കവിതയുമൊക്കെ എഴുതാറുണ്ട്. കല്യാണമൊന്നും കഴിച്ചില്ല.''

''ഓ...'' കണ്ണിലേക്ക് പാറിക്കിടന്ന മുടി ഒതുക്കി ചെവിക്കിടയിലേക്ക് തിരുകി അവർ ഒന്നമർത്തി മൂളി.

''ബഷീറിനെപ്പോലെ എഴുതുമോ?''

ആ ചോദ്യം കേട്ട് ചെറുപ്പക്കാരൻ ചിരിച്ചു.

''ഇനിക്കിഷ്ടമാണ് വായിക്കാൻ. പണ്ടൊക്കെ വായിച്ചിരുന്നു. ഇപ്പം വായന ബൈബിൾ മാത്രമായി. ഇവിടെയാദ്യമാ ഒരു എഴുത്തുകാരൻ വരുന്നേ. മൂന്നാല് മാസങ്ങൾക്ക് മുൻപ് കോഴിക്കോട്ടീന്ന് വന്ന ഒരു ചിത്രകാരൻ രണ്ടുമൂന്നു ദിവസം താമസിച്ചിരുന്നു. അയാൾ ജാൻസിയുടെ ഒരു ചിത്രവും വരച്ചുതന്നിട്ടാ പോയത്.'' അതുവരെ മറഞ്ഞിരുന്ന നുണക്കുഴി കാട്ടി അവർ കുസൃതിച്ചിരി ചിരിച്ചു. പുഞ്ചിരിയിൽ വിടർന്ന കണ്ണുകൾ കൂടുതൽ തിളക്കമാർന്നു.

''നഗ്നചിത്രമാണോ?'' യുവാവ് കണ്ണിറുക്കി ചിരിച്ചുകൊണ്ട് ചോദിച്ചു.

''ഹും... നഗ്നത വസ്ത്രമില്ലായ്മ മാത്രമല്ല. അത് ആണിന്റെ കാമനയെ ഉണർത്തുന്ന ഏതവസ്ഥയുമാണല്ലോ.'' അവരുടെ വാക് ചാതുര്യം അയാളെ അമ്പരപ്പിച്ചു.

ഗെയ്റ്റ് തുറന്ന ശബ്ദം കേട്ട് അവർ പുറത്തേക്ക് നോക്കി. മുറ്റത്ത് കൗമാരക്കാരനായ ഒരു പയ്യൻ.

''ചോറും കറിയുമാണോ ഇഷ്ടം? വറുത്തരച്ചുവെച്ച കോഴി ക്കറിയും പുഴമീനുമുണ്ട്. അതോ ഹോട്ടലിൽനിന്നും വെല്ലോം വരു ത്തിക്കണോ?'' യുവാവിനോട് അവർ ചോദിച്ചു.

''ഇവിടുത്തെ ഭക്ഷണം മതി.'' ചെറുപ്പക്കാരൻ പറഞ്ഞു.

ആ സ്ത്രീ മേശപ്പുറത്തിരുന്ന ബുക്കിൽനിന്നും ഒരു കടലാസ് കീറി എന്തോ എഴുതി. ആ കുറിപ്പും മേശ തുറന്നെടുത്ത രൂപയും ജനാലയിലൂടെ പുറത്തേക്ക് നീട്ടി ''എടാ രഘൂ, ഇവിടെ ആളുള്ളതാ. ഇതൊക്കെ വേഗം വാങ്ങിക്കൊണ്ട് വാ. അച്ഛനുള്ള കുഴമ്പ് ഉണ്ടാക്കി വെച്ചിട്ടുണ്ട്. എടുക്കാൻ മറക്കണ്ട. പിന്നെ വന്നിട്ട് നീ പുറകിലെ കടപ്ലാവിൽനിന്ന് രണ്ട് കടച്ചക്ക ഇട്ടുതരണം കേട്ടോ.''

''അടുത്ത വീട്ടിലെ പയ്യനാ. ഇവനേ ഒരു സഹായത്തിനുള്ളൂ. അവന്റെ അച്ഛൻ ദീനം വന്നു തളർന്ന് കിടപ്പായിട്ട് ആകെ കഷ്ട ത്തിലാ. പാവം.'' നടന്നകന്ന പയ്യനെ നോക്കി അവർ പിറുപിറുത്തു.

ആ സ്ത്രീ ക്രൂശിതരൂപത്തിന് മുന്നിലെ മെഴുകുതിരികൾ കത്തിച്ചു.

''ജാൻസി ഇന്നിനി വന്നാലും ഒത്തിരി ഇരുട്ടും. കഴിച്ചിട്ട് വേണേ പൊക്കോ, പിന്നെ വന്നാലും മതി.''

''വേണ്ട. ധൃതിയില്ല ഇത്തിരി ഇരുട്ടിയാലും സാരമില്ല.'' എന്തോ ചിന്തിച്ചിട്ട് ചെറുപ്പക്കാരൻ പറഞ്ഞു.

അവർ ഇസ്തിരിപ്പെട്ടി ചൂടാക്കി, തേക്കുവാൻ ബാക്കിയുണ്ടായി രുന്ന തുണികൾ ഓരോന്നായി തേച്ച് തുടങ്ങി.

ഒരു പിടച്ചിലിന്റെ ശബ്ദം കേട്ട് ചെറുപ്പക്കാരൻ ഭിത്തിയിലേക്ക് നോക്കി. അവിടെ ട്യൂബ് ഫ്രെയിമിന്റെ അങ്ങേത്തലയ്ക്കൽ പാതി ചിറകൊടിഞ്ഞ ഒരു പ്രാണി നിരങ്ങിനീങ്ങുന്നുണ്ടായിരുന്നു. പിടച്ചു കൊണ്ടിരുന്ന അത് ഏതു സമയവും താഴേക്ക് വീഴുമെന്ന് തോന്നിച്ചു. ട്യൂബിന്റെ അറ്റത്ത് പറ്റിപ്പിടിച്ചിരുന്ന ചിറകൊടിഞ്ഞ പ്രാണി താഴേക്കു വീണു. അതിനു പുറകെ വാൽ നഷ്ടപ്പെട്ട പല്ലി ട്യൂബിന്റെ ഫ്രെയി മിനുള്ളിൽനിന്നും പുറത്ത് വന്നു.

''ഇവിടുത്തെ പല്ലികൾക്ക് വാലില്ലാത്തതെന്താ?'' അതിന്റെ മുറി ഞ്ഞുപോയ വാലിനായി ചെറുപ്പക്കാരന്റെ കണ്ണുകൾ താഴെ പരതി.

''വാലുകൾ പൊഴിക്കുമ്പോഴാണ് തങ്ങൾ സ്വതന്ത്രരാകുന്നതെന്ന് അവർക്ക് അറിയാവുന്നതുകൊണ്ട്.'' അവർ ചെറുപ്പക്കാരനെ നോക്കി കുലുങ്ങിച്ചിരിച്ചു.

ചെറുപ്പക്കാരൻ ആ ചിരിയിൽ പങ്കാളിയായി.

‘‘ഷർട്ട് ചുളിങ്ങിയിട്ടുണ്ടല്ലോ. തേച്ചു തരട്ടെ?’’ അവസാനത്തെ ബ്ലൗസ് തേച്ചുകൊണ്ടിരിക്കെ അവർ ചോദിച്ചു.

ചുണ്ടിന് താഴെ പീലീ വിടർത്തിയ മറുകിന്റെ ഭംഗിയിൽ ലയിച്ചിരുന്ന ചെറുപ്പക്കാരൻ ഒന്നു ചിന്തിച്ചിട്ടു ചെറുചിരിയോടെ ഷർട്ടൂരി അവർക്ക് കൊടുത്തു. ഷർട്ട് വടിവൊത്ത് തേച്ച് കൊടുക്കവെ യുവാവിന്റെ രോമാവൃതമായ മാറിടത്തിൽ ഒട്ടിക്കിടന്നിരുന്ന കറുത്ത ചരടിൽ കെട്ടിയ വെന്തിങ്ങയിൽ നോക്കി അവർ പറഞ്ഞു, ‘‘ആഹാ... ഒരു സത്യക്രിസ്ത്യാനിയാണല്ലോ.’’

യുവാവ് ഒരു നിമിഷം ആലോചനാനിമഗ്നനായി. അവരുടെ നിഷ്കളങ്കതയുടെ നിരാമയമായ ആയുധത്തിനു മുൻപിൽ തന്റെ നുണകൾ ഉന്നം പിഴയ്ക്കുന്ന മുനയൊടിഞ്ഞ അമ്പുകൾ മാത്രമാകുമെന്ന് തിരിച്ചറിഞ്ഞു.

‘‘അതെ. സത്യത്തിൽ ഞാൻ ടൗണിലെ കത്തോലിക്കാ സെമിനാരീന്നാ. പന്ത്രണ്ട് വർഷത്തെ പഠനശേഷം അടുത്ത മാസം ഞാൻ പൗരോഹിത്യം സ്വീകരിക്കുകയാണ്.’’

ആ സ്ത്രീ ഒരു നിമിഷം അവിശ്വാസത്തോടെ നോക്കി. സത്യമെന്ന അർത്ഥത്തിൽ ശെമ്മാച്ചൻ തലകുലുക്കി.

കാറ്റും കോളുമൊഴിഞ്ഞ ഗലീലിയാ കടൽത്തീരമെന്നപോലെ നിശ്ശബ്ദത അവിടെ പടർന്നു. അടുത്ത് ഒരു പള്ളിയുള്ളതായും അവിടെനിന്നും മണിനാദം ഉയരുന്നതായും ആ സ്ത്രീക്ക് തോന്നി. പള്ളിമേടയിലിരുന്നു പ്രാവുകൾ കുറുകുന്നത് കേൾക്കാമായിരുന്നു.

‘‘നിങ്ങൾക്ക് ബ്രഹ്മചര്യം ഒരു വ്രതമല്ലേ?’’ അവർ അതിശയം കലർന്ന സ്വരത്തിൽ ചോദിച്ചു.

‘‘പൗരോഹത്യപട്ടത്തിന് ശേഷം, അതെ... ശുദ്ധീകരണസ്ഥലത്തിലൂടെ കടന്നുപോകാതെ ഒരു മോക്ഷവും പ്രാപ്തമാകാനാവില്ലല്ലോ. ഇന്ദ്രിയസുഖങ്ങളെ തൊട്ടറിയുകയും പിന്നീട് അത് ത്യജിക്കയും ചെയ്യുന്നതല്ലേ യഥാർത്ഥ വ്രതശക്തി?’’

ശ്രദ്ധയോടെ അത് കേട്ടിരുന്ന അവർ കൺപീലികളിൽ ജിജ്ഞാസ നിറച്ച് ശെമ്മാച്ചന്റെ അടുത്തേക്ക് വന്നു.

‘‘വികാരംകൊണ്ടു ജ്വലിക്കുന്ന ഹൃദയം ആളുന്ന തീ പോലെയാണ്. തീയണച്ച് അതിനെ സ്വതന്ത്രമാക്കേണ്ടതുണ്ട്.’’ ശെമ്മാച്ചൻ ഒരു സൈദ്ധാന്തികനെപ്പോലെ പറഞ്ഞു. എന്നിട്ട് സ്ത്രീയുടെ കൈയിൽ മെല്ലെ തഴുകിക്കൊണ്ട് ചോദിച്ചു. ‘‘എന്നെ മോചിപ്പിക്കാനാവുമോ?’’

ഒരു നിമിഷത്തെ മൗനത്തിനുശേഷം ശെമ്മോച്ചൻ തുടർന്നു. ‘‘സമരിയാക്കാരി സ്ത്രീയായി കിണറ്റിൽനിന്നും വെള്ളം കോരിത്തന്ന് എന്റെ ദാഹം തീർത്തപോലെ...’’

യാഥാർത്ഥ്യത്തിന്റെ തുരുത്തിലേക്ക് തുഴഞ്ഞെത്താൻ ആ സ്ത്രീ സമയമെടുത്തു. അവരുടെ മിഴികൾ ഞാനോ എന്ന ചോദ്യം ചോദിച്ചു കൊണ്ടിരുന്നു. നീണ്ട മൗനത്തിനുശേഷം അവർ പറഞ്ഞു. ''ആ ജ്വാല അണയ്ക്കുന്നത് ഒരു പുണ്യകർമ്മമായേ ഞാൻ കരുതുന്നുള്ളൂ. ഒരുപക്ഷേ ഒരു പ്രലോഭനങ്ങളിലും കാലിടറാതെ ഞാൻ കാത്തിരുന്നത് ഇതിനാകാം.''

കൂട്ടിമുട്ടിയ അവരുടെ നയനങ്ങൾ കാഴ്ചകളുടെ അപ്പുറത്തേക്ക് നീളുകയും ആത്മാവിന്റെ ആഴങ്ങളിലത് സംഗമിക്കുകയും ചെയ്തു.

''ഇവിടെ ഒരു ദിനം സദാചാരക്കാർ വിചാരണയ്ക്കെത്തുമ്പോൾ ചാമ്പമരച്ചോട്ടിലിരുന്ന് വീണുകിടക്കുന്ന ചാമ്പങ്ങാ ഒന്നെടുത്ത് കടിച്ചിട്ട് തലകുനിച്ച് ഞാൻ പറയും 'നിങ്ങളിൽ പാപം ചെയ്യാത്തവർ കല്ലെറിയട്ടെ'യെന്ന്.'' ശെമ്മാച്ചന്റെ വാക്കുകൾ മന്ദഹാസത്തിൽ നേർത്തുവന്നു.

അവർ ശെമ്മാച്ചന്റെ അടുത്തു ചേർന്ന് നിന്നു മുഖത്തുനിന്നും കണ്ണെടുക്കാതെ ചോദിച്ചു. ''അതോ... നമ്മളിൽ പാപം ചെയ്യാത്തവർ കല്ലെറിയെട്ടെയെന്നോ?''

ഉന്മാദത്തിന്റെ അലകൾ നിശ്ചലമായിരുന്ന അവരുടെ പ്രണയ സരോവരത്തെ തരംഗിതമാക്കിയിരുന്നു. അത് ആ മിഴികളിൽ തിളങ്ങുന്നത് ശെമ്മാച്ചന് കാണാമായിരുന്നു. അവർ ഹൃദയം തുറന്ന് പൊട്ടിച്ചിരിച്ചു. മനോഹരമായ ആ ചിരിയിൽ ആ മുഖത്തെ മറുകുകൾ ലബനോണിലെ ദേവദാരുപോലെ പൂത്തുലഞ്ഞു. അവരുടെ സൗന്ദര്യം ഷാരോണിലെ പനിനീർപ്പൂവായി തുടിച്ചുനിന്നു.

''ഞാൻ വിവേകമതിയായ കന്യകമാരെപ്പോലെ വിളക്കിലെ എണ്ണ വറ്റാതെ സൂക്ഷിച്ചിരുന്നത് വെറുതെയായില്ല.'' അണഞ്ഞുപോയ മെഴുകുതിരി കത്തിച്ചുകൊണ്ട് അവർ നാണത്തോടെ പറഞ്ഞു. പള്ളിമേടയിൽനിന്നും പറന്നുവന്ന പ്രാവുകൾ അവരുടെ മനസ്സിൽ ചേക്കേറി താളത്തിൽ കുറുകിക്കൊണ്ടിരുന്നു. ആ മുറിയിലാകെ വിശിഷ്ടമായ മീറയുടെ പരിമളം പരന്നു.

ഇതേസമയം ഗെയ്റ്റിന്റെ പുറത്ത് പരീശന്മാരും സദൂക്യരും ഒരുമിച്ച് പലവിധ ആലോചനയിൽ മുഴുകുന്നുണ്ടായിരുന്നു. ഒരുപക്ഷേ അവർ ഒരു പൊതുവിചാരണയ്ക്ക് തയ്യാറെടുക്കുകയാവാം. ■

# വഴിമാറിയ നിഴലുകൾ

**ക**ടന്നുപോകുന്ന നിലകളെ സൂചിപ്പിച്ചുകൊണ്ട് ലിഫ്റ്റിലെ വാതിലിന് മുകളിൽ അക്കങ്ങൾ തെളിഞ്ഞും മങ്ങിയും മിന്നാമിനുങ്ങുകളായി ചിറകടിച്ചു. അമലയുടെ കണ്ണുകൾ മെല്ലെ തുറന്നു. ചുറ്റും പരതിയ കൈവിരലുകൾ ലിഫ്റ്റിലെ മിനുസമാർന്ന തടിപ്പാനലിനുള്ളിലെ വിടവിൽ അമർന്നു. പണ്ടെങ്ങോ മിന്നിമറഞ്ഞ വർണ്ണച്ചിറകുള്ള ചിത്രശലഭങ്ങൾ ഉദരത്തിലൂടെ പറക്കുന്നു. നനവാർന്ന ചുണ്ടിൽ പതിഞ്ഞ നിശ്വാസത്തിന്റെ ചൂട് ശരീരമാകെ പടരുന്നു.

ലിഫ്റ്റിന്റെ വാതിൽ തുറന്നപ്പോൾ ഹോസ്പിറ്റലിന്റെ മുകളിലത്തെ നിലകളിലേക്ക് പോകുവാൻ കാത്തുനിന്നവരുടെ മുഖത്തു നോക്കാതെ അമല പുറത്തേക്ക് നടന്നു. കാലുകളുടെ ചലനശക്തി ചോരുന്നതുപോലെ. ചുണ്ടിലെ ലിപ്സ്റ്റിക് മുഖത്തേക്ക് പടർന്നിട്ടുണ്ടാവുമോ? കൈകൊണ്ടു ചൊടിയുടെ കോണുകളിൽ പരതി. മനം പുരട്ടുന്ന ഏതോ മരുന്നിന്റെ രൂക്ഷഗന്ധം അവിടെയാകെ പരന്നിരുന്നു.

സന്ദർശനസമയം കഴിഞ്ഞതുകൊണ്ടാവാം ഹോസ്പിറ്റലിന് പുറത്ത് കാര്യമായ തിരക്കില്ലായിരുന്നു. സന്ധ്യയായിട്ടും അവിടെ വീണുകിടന്ന മഞ്ഞ് ചൂടിനോടൊപ്പം ഇരുട്ടിനേയും അകറ്റിയിരുന്നു. ജനുവരിയിലെ ചിക്കാഗോയിലെ തണുപ്പിൽ കട്ടികൂടിയ ജാക്കറ്റ് ധരിച്ച് നടന്ന ആളുകൾക്ക് ഒരേ വലിപ്പമായിരുന്നു. താഴെ വീണുകിടന്ന ഐസ് പാളികളിൽ തെന്നിവീഴാതെ അവർ കൊച്ചുകുട്ടികളെപ്പോലെ പിച്ചവെച്ചു. മഞ്ഞുപെയ്യൽ ശമിച്ചിരുന്നെങ്കിലും തണുത്ത കാറ്റ് ചുറ്റുപാടും മഞ്ഞുകണങ്ങൾ പറത്തി കളിച്ചുകൊണ്ടിരുന്നു.

''അനിലാ.. ഞാൻ...'' പുറകെ ലിഫ്റ്റിൽ നിന്നിറങ്ങിയ സന്ദീപ് നടന്ന് അമലയുടെ അടുത്തെത്തിയപ്പോഴേക്കും പാർക്ക് ചെയ്തിരുന്ന കാറെടുത്ത് ജേക്കബ് അവരുടെ മുന്നിലെത്തി. അവൾ ഒന്നും മിണ്ടാതെ കാറിൽ കയറി.

''വരുന്നോ, രാത്രി പരിപാടിയൊന്നുമില്ലെങ്കിൽ ടിവിയിൽ സൂപ്പർ ബോൾ കാണാം. ഞാൻ റിക്കാർഡ് ചെയ്യാനിട്ടിട്ടുണ്ട്.''

കാറിന്റെ ഗ്ലാസ് അല്പം താഴ്ത്തി ജേക്കബ് സന്ദീപിനെ ക്ഷണിച്ചു.

''ങേ... ഓ... ഇല്ല. നാളെ ജോലീൽ ഒരു പ്രസന്റേഷനുണ്ട്. കുറച്ച് നോക്കാനുണ്ട്. ഗുഡ് നൈറ്റ്.''

സന്ദീപ് അത് പറഞ്ഞ് കാറെടുക്കാൻ സന്ദർശകരുടെ പാർക്കിംഗ് സ്ഥലത്തേക്ക് നടക്കവെ തല ചെരിച്ച് തന്നെ നോക്കുന്നത് അമലയ്ക്ക് കാറിലിരുന്ന് കാണാമായിരുന്നു. തുറന്ന ഗ്ലാസിന്റെ വിടവിലൂടെ തണുപ്പിനോടൊപ്പം ഇരച്ചുകയറിയ മഞ്ഞുകണങ്ങൾ അവളുടെ മുടിയിഴകളുടെ ചൂടിൽ അലിഞ്ഞുചേർന്നു. ഗുഡ്നൈറ്റ് പറഞ്ഞ് ജേക്കബ് കാറെടുത്തു. ഗേറ്റ് കടക്കുമ്പോൾ ഹോസ്പിറ്റൽ ബോർഡിൽ മഞ്ഞിൽ പൊതിഞ്ഞ് തലകുത്തിക്കിടന്ന ഒരക്ഷരം കാറ്റിൽ ഇളകിയാടുന്നത് നോക്കി അമല സീറ്റിലേക്ക് തല ചായ്ച്ചു.

''നിനക്കിച്ചിരി നേരത്തെ ഇറങ്ങിക്കൂടാരുന്നോ? എത്ര നേരമായി വെയിറ്റ് ചെയ്യുന്നു. അല്ലേലും നിനക്ക് സമയത്തിന് ഒരു വിലയുമില്ലല്ലോ?'' ജേക്കബിന് ഇന്നത്തെ അമേരിക്കൻ ഫുട്ബോൾ കളി കാണാൻ താമസിക്കുന്നതിലുള്ള ദേഷ്യമായിരുന്നു.

''ഒരുമാസം നേരത്തെയായിരുന്നു ഡെലിവറിയെന്നു തോന്നുകേയില്ല. കുഞ്ഞിനെ കാണാൻ തോമസിന്റെ ഛായയില്ലേ? നമ്മൾ കൊടുത്ത ഉടുപ്പുകൾ അവന് ചേരുമോ ആവോ.'' ജേക്കബ് തുടർന്നു. നാൻസിയുടെയും തോമസിന്റേയും മൂത്ത കുട്ടികളെപ്പറ്റിയും നാട്ടിൽ നിന്നും കുട്ടികളെ നോക്കാനെത്തിയ നാൻസിയുടെ അമ്മയുടെ വൈഭവത്തെപ്പറ്റിയും ജേക്കബ് വാചാലമാകുന്നുണ്ടായിരുന്നു. അമല പലതിനും ഉത്തരമെന്നോണം വെറുതെ മൂളുക മാത്രം ചെയ്തു.

വീണ്ടും മഞ്ഞു വീഴാൻ തുടങ്ങി. സീറ്റിൽ തല ചായ്ച്ചു കിടന്ന അമല മെല്ലെ കണ്ണടച്ചു. കാറെടുക്കാൻ നേരത്തെ ഹോസ്പിറ്റൽ മുറിയിൽ നിന്നുമിറങ്ങിയ ഭർത്താവിനോടൊപ്പം ഹോസ്പിറ്റലിൽ നിന്നും വേണമെങ്കിൽ തനിക്കും ഇറങ്ങാമായിരുന്നു. സൗഹൃദ കൂട്ടായ്മകളിലെ ഭാഗമായിരുന്ന നാൻസി പ്രസവിച്ചതറിഞ്ഞ് കുഞ്ഞിനെക്കാണാൻ എപ്പോഴാണ് പോകുന്നതെന്ന് സന്ദീപ് തിരക്കിയപ്പോൾതന്നെ അവൻ അതേസമയം ഹോസ്പിറ്റലിലെത്തുമെന്ന് താൻ ഊഹിച്ചതായിരുന്നല്ലോ. മടങ്ങവേ ലിഫ്റ്റിൽ ഞങ്ങൾ രണ്ടാളും മാത്രമേയുള്ളുവെന്നറിഞ്ഞ നിമിഷം നെഞ്ചിടിപ്പ് കൂടി. പക്ഷേ അവൻ ചുംബിക്കാൻ മുഖമടുപ്പിച്ചപ്പോൾ തനിക്ക് എന്തേ തടയാൻ കഴിഞ്ഞില്ല? എന്തുകൊണ്ടാണ് താൻ പ്രതികരിക്കാതിരുന്നത്? ആഗ്രഹിച്ചിരുന്നു എന്ന് പറഞ്ഞുകൂടാ. എങ്കിലും താനത് പ്രതീക്ഷിച്ചതല്ലേ?

''നീ എന്നാ ഒന്നും മിണ്ടാത്തെ? എന്തോ മൂഡവുട്ട് പോലെ.'' തല പാതി ചെരിച്ച് ജേക്കബ് മറുപടിക്കായി കാത്തു. ''ഹലോ... നിന്നോടാ ചോദിച്ചേ. നിയെന്താ ഉറങ്ങിയോ?'' അയാൾ തലവെട്ടിച്ച് ഭാര്യയെ നോക്കി.

''ങേ... ഒന്നുമില്ല. ഒരു തലവേദന..'' പതിഞ്ഞ സ്വരത്തിൽ അവൾ പറഞ്ഞു.

ജേക്കബ് സംസാരിച്ചുകൊണ്ടേയിരുന്നു. തന്റെ റിയൽ എസ്റ്റേറ്റ് ഏജന്റ് ലൈസൻസ് പുതുക്കേണ്ടത് വരുന്ന മാസമാണെന്നും ഈയാഴ്ച കോൺട്രാക്റ്റ് ഓഫർ കൊടുത്ത രണ്ടു വീടുകളുടെ സാധ്യതകളെ പ്പറ്റിയുമൊക്കെ സൂചിപ്പിക്കുന്നുണ്ടായിരുന്നു.

ചുണ്ടുകൾ അപ്പോഴും തുടിച്ചുകൊണ്ടിരുന്നു. ചൊടിയിൽ ചൂണ്ടു വിരലോടിച്ചുകൊണ്ട് അമല വെള്ളപുതച്ച വഴിയോരങ്ങളിലേക്ക് നോക്കിയിരുന്നു. കാറ്റിൽ പറന്നെത്തുന്ന മഞ്ഞുകണങ്ങൾ കാറിന്റെ ഗ്ലാസിൽ ചുംബിക്കുന്നതും നോക്കിയിരുന്ന അവൾ മഞ്ഞു പൊതിഞ്ഞ ചുവന്ന ട്രാഫിക് ലൈറ്റിൽ കാർ നിറുത്തിയതും പോയതുമൊന്നും അറിഞ്ഞതേയില്ല.

വാരാന്ത്യങ്ങളിലെ സുഹൃത്തുക്കളുടെ ഒത്തുചേരലുകളിൽ സന്ദീപ് വന്നു തുടങ്ങിയിട്ട് രണ്ടു വർഷത്തിലധികമായിരുന്നില്ല. ആകർഷണീയമായ സംസാരവും സൗമ്യമായ പെരുമാറ്റവും അവനെ വളരെ പെട്ടെന്നാണ് ആ പ്രവാസി കൂട്ടായ്മയുടെ അവിഭാജ്യഘടക മാക്കിയത്. സന്ദീപിന്റെ നിർദോഷമായ ഫലിതവും ഉച്ചത്തിലുള്ള ചിരിയും ആ ഒത്തുചേരലുകളെ ആഹ്ലാദഭരിതമാക്കി. മറ്റ് സുഹൃത്തു ക്കൾക്ക് കൊടുക്കാത്ത സ്വാതന്ത്ര്യം താനും ഭർത്താവും ബാച്ചില റായ അവനു കൊടുത്തിരുന്നു. ചീട്ടുകളികളിലുള്ള തന്റെ പ്രാവീണ്യം ആദ്യദിനങ്ങളിൽതന്നെ അവൻ തെളിയിച്ചതാണ്. അമ്പത്തിയാറും റമ്മിയും ഇരുപത്തെട്ടും കീച്ചുമെല്ലാം ഹൃദ്യസ്ഥം. മദ്യം കഴിച്ചു കഴിയുമ്പോൾ സന്ദീപിന്റെ മുഖത്തെ ഭാവവ്യത്യാസങ്ങൾ താൻ ശ്രദ്ധിച്ചിരുന്നു. അപ്പോഴൊക്കെ അവന്റെ കണ്ണുകൾ വിടരുകയും കവിളുകൾ തുടുക്കുകയും ചെയ്യും. പിന്നെ എന്ത് കേട്ടാലും തല കുലുക്കിയും കൈകൾ കുടഞ്ഞും ചിരിച്ചുകൊണ്ടിരിക്കും. പരസര ബോധമില്ലാതെ സ്വയം മറന്നുള്ള ചിരി.

''സൂസന്റെ വീട്ടീന്ന് പിള്ളേരെ പിക്ക് ചെയ്യണ്ടേ?'' ജേക്കബ് ചോദിച്ചു.

''ങേ... വേണ്ട. രണ്ടുപേർക്കും ഇന്ന് അവിടെ സ്ലീപ്പോവറാന്നാ പറഞ്ഞേ.''

ജേക്കബിന്റെ കസിന്റെ വീട്ടിൽ അവരുടെ കുട്ടികളുടെ കൂടെ മാസത്തിലൊന്നെങ്കിലും രാത്രി തങ്ങുന്ന ശീലം മക്കൾ പതിവാക്കിയിരുന്നു. ജേക്കബിനും തനിക്കും മാത്രമായി വിരളമായി കിട്ടുന്ന സമയമായിരുന്നതുകൊണ്ടുതന്നെ കുട്ടികളെ അതിൽനിന്നും തടഞ്ഞിരുന്നില്ല.

യാത്രയിലുടനീളം അമലയുടെ മനസ്സിൽ ലിഫ്റ്റിൽ ചിലവിട്ട നിമിഷങ്ങളായിരുന്നു. സന്ദീപ് ഉപയോഗിച്ച കൊളോണിന്റെ ഗന്ധം തന്റെ നാസാരന്ധ്രങ്ങളിൽ തങ്ങിനിൽക്കുന്നതായി അവൾക്ക് തോന്നി. തനിക്കിഷ്ടമുള്ള ജെന്റ്സ് പെർഫ്യൂം ഏതെന്ന് ഒരിക്കൽ താൻ അവനോടു സൂചിപ്പിച്ചിരുന്നു പിന്നീട് അതായിരുന്നു അവൻ ഉപയോഗിച്ചിരുന്നത്. ജേക്കബിനാണെങ്കിൽ അതിന്റെ ഗന്ധം ഇഷ്ടവുമില്ല. പോന്ന വഴിയിൽ 'കെ.എഫ്.സി'യിൽനിന്നും ചിക്കൻ വാങ്ങണമോയെന്ന് ജേക്കബ് ചോദിച്ചെങ്കിലും വീട്ടിൽ പോയിട്ടു കഴിക്കാമെന്ന് പറഞ്ഞ് അമല ആ ആലസ്യത്തിൽനിന്നും ഉണരാൻ ആഗ്രഹിച്ചില്ല.

വീട്ടിലെത്തിയപ്പോൾ രാത്രി എട്ടു മണി കഴിഞ്ഞു. അകത്തേക്ക് കയറിയതും ബിയർ പൊട്ടിച്ചു ജേക്കബ് ടിവിയുടെ മുന്നിലിരുന്നു. അമേരിക്കൻ ഫുട്ബോളെന്നാൽ അയാൾക്ക് ജീവനാണ്. വേഷം മാറാൻ ബെഡ്റൂമിലേക്ക് നടക്കുമ്പോൾ എന്തോ പരസ്യം കണ്ടുള്ള ജേക്കബിന്റെ ഉച്ചത്തിലുള്ള ചിരി കേൾക്കാമായിരുന്നു.

അമല മുറിയിലെ കണ്ണാടിക്കു മുൻപിൽ കുറെ നേരം നിന്നു. വരണ്ട ചുണ്ടുകൾ പല്ലുകൊണ്ട് മെല്ലെ കടിച്ചു ചുവപ്പിച്ചു. കറുത്ത് തഴച്ച മുടി അഴിച്ചിട്ടു നിൽക്കവേ എന്നോ കണ്ട ഒരു പെയിന്റിംഗിലെ സുന്ദരിയുടെ ഭാവം തന്നിൽ നിഴലിക്കുന്നതായി അവൾക്ക് തോന്നി. മാറിയുടുത്ത നൈറ്റി കൈകൊണ്ടു ശരീരത്തോട് ചേർത്തുപിടിച്ചുകൊണ്ട് അവൾ വീണ്ടും കണ്ണാടിയിലൂടെ തന്റെ ആകാര വടിവുകൾ നോക്കി. ശരീരം ഒരൽപം തുടുത്തിട്ടുണ്ടെങ്കിലും തന്റെ സൗന്ദര്യത്തിന്റെ മാറ്റ് ഒട്ടും കുറഞ്ഞിട്ടില്ല.

സ്റ്റെയർകെയ്സിറങ്ങി അടുക്കളയിലേക്കു നടക്കവെ തന്റെ ഇഷ്ടരാഗമായ ദർബാരി കന്നടയിൽ ചിട്ടപ്പെടുത്തിയ പഴയ തമിഴ് ഗാനം ഓർത്തെടുക്കാൻ അമല ശ്രമിച്ചു. ഇന്ന് ഹോസ്പിറ്റലിൽ വരാന്തയിലൂടെ നടന്നപ്പോൾ സന്ദീപ് ആ പാട്ട് മൂളിയതാണ്. അവൻ എപ്പോഴും അങ്ങനെയാണ് വെറുതെ നടക്കുമ്പോഴൊക്കെ ഏതെങ്കിലും ഈണം മൂളിക്കൊണ്ടിരിക്കും. പലപ്പോഴും തലത്തിന്റെയോ റാഫിയുടെയോ പഴയ ഹിന്ദി പാട്ടുകളാവും. തന്റെ സംഗീത പ്രേമത്തിന് കാലം

തീർത്ത നീണ്ട ഇടവേളയുടെ വിരാമമായതും സന്ദീപിന്റെ വരവോടെയായിരുന്നു. ഒരുനാൾ 'ജെല്തെഹെ ജിസ്കെലിയെ...' എന്ന ഹിന്ദി ഗാനം പാടുമ്പോൾ അവൻ അർത്ഥഗർഭമായി തന്നെ നോക്കിയപ്പോൾ മനസ്സിൽ ഒരു മിന്നൽപ്പിണർ പാഞ്ഞു. ആ നോട്ടം അന്ന് ആദ്യമായി സുഹൃത്ബന്ധത്തിന്റെ അതിരുകൾക്കപ്പുറത്തേക്ക് നീളുന്നത് താൻ അറിഞ്ഞതാണ്. അന്നാണ് വർഷങ്ങൾക്കുമുമ്പേ മണ്ണടിഞ്ഞെന്നു കരുതിയ ചില കൗതുകങ്ങൾ ഉള്ളിൽ തിക്കിമുട്ടുന്നത് താൻ അറിഞ്ഞത്.

പുഴയിൽ കളിവഞ്ചിയിറക്കി കണ്ണുചിമ്മാതെയിരിക്കുന്ന കുട്ടിയുടെ എകാഗ്രതയോടെ പിന്നീട് സന്ദീപിനെ താൻ ശ്രദ്ധിച്ചിരുന്നു, പുറമേ താനത് കാണിച്ചിരുന്നില്ലെങ്കിലും. പലപ്പോഴും ഞങ്ങളുടെ കണ്ണുകൾ ഇടഞ്ഞു. ഞങ്ങളുടെ ഇടയിൽ അർത്ഥഗർഭമായ മൗനം ഘനപ്പെട്ടു. മനസ്സിന്റെ മണ്ണിനടിയിലെവിടെയോ പ്രണയധാതുക്കളുടെ സാന്നിധ്യം തിരിച്ചറിഞ്ഞ ദിനങ്ങൾ. അരുതെന്നുള്ള ഉൾവിലക്കുകളെ ബോധപൂർവ്വം താൻ അവഗണിക്കുകയായിരുന്നല്ലോ. പ്രണയനാമ്പുകൾ മനസ്സിൽ ആദ്യമായി മുളപൊട്ടുന്ന നിമിഷങ്ങളാണ് ജീവിതത്തിൽത്തന്നെ ഏറ്റവും അനുഭൂതിദായകമായത്. പിന്നീട് കൂട്ടായ്മകളിൽ ചിലപ്പോഴൊക്കെ ഉണ്ടാകുന്ന സന്ദീപിന്റെ അഭാവം തന്റെ ഉത്സാഹത്തെ കെടുത്തിയിരുന്നു. അതൊരു അസ്വസ്ഥതയായി വളർന്നപ്പോൾ അരുതാത്തത് എന്തോ ചിന്തയിൽ കുടിയേറിയതിൽ കുണ്ഠിതം തോന്നി. ഈർപ്പം തളംകെട്ടുന്ന ഇരുണ്ട മുറിയിലെ അയയിൽ ഉണക്കാനിട്ട നനഞ്ഞ തുണിയെന്നപോലെ നിസ്സംഗമായ ദാമ്പത്യജീവിതത്തിൽ ജനാലപ്പാളി വിടവിലൂടെ കടന്നുവന്ന ചൂടുകാറ്റിന്റെ തലോടലായിരുന്നു അവന്റെ സാമീപ്യം.

ജനാലയിലൂടെ അലസമായി പുറത്തേക്ക് നോക്കിയിരിക്കുമ്പോഴും പുസ്തകത്താളുകളിൽ മിഴി നട്ടിരിക്കുമ്പോഴും വഴിതെറ്റി അവൻ കൺമുന്നിലെത്തി. തന്റെ ഉള്ളിലെവിടെയോ ഇനിയും അങ്കുരിക്കാത്ത അനുരാഗത്തിന്റെ വിത്തുകൾ അവശേഷിക്കുന്നുവെന്ന സത്യം തനിക്ക് ബോദ്ധ്യമായി. ഒരുപക്ഷേ മുപ്പത്തഞ്ചിന്റെ പടവുകൾ പിന്നിട്ട സ്ത്രീയുടെ നിരാശയുടെ നനവിൽ മുളപൊട്ടിയതാവാമത്. ആ പ്രായത്തിൽ സ്ത്രീയുടെ മനസ്സും ശരീരവും കൊടുങ്കാറ്റിനായി കാക്കുന്ന തിരയോഴിഞ്ഞ സമുദ്രമാണ്. കരയെ ആശ്ലേഷിക്കാനുള്ള ആവേശം ഒരു ഇരമ്പലായി ഉള്ളിൽ ഒളിപ്പിക്കുന്നുണ്ടാവും.

മുറിയിലെ ഷെൽഫിൽ ഇറാനിയൻ സിനിമകളും ലാറ്റിൻ അമേരിക്കൻ സാഹിത്യവും സൂഫി സംഗീതവുമൊക്കെ ഇടം പിടിച്ചതിനു

കാരണവും സന്ദീപ് തന്നെ. അവന്റെ ചിന്തയും സംസാരവുമൊക്കെ മറ്റുള്ളവരിൽ നിന്നും വേറിട്ടു നിന്നു. താനും അവനും ഐ.ടി മേഖലയിൽ ജോലി ചെയ്യുന്നവരായിരുന്നെങ്കിലും ഒരിക്കലും ഞങ്ങളുടെ സംസാരത്തിൽ ജോലിസംബന്ധമായ ഒരു വിഷയവും കടന്നു വന്നില്ല. തനിക്കും ബൗദ്ധികതലത്തിൽ സംവേദിക്കാനായത് അവനോടു മാത്രമായിരുന്നല്ലോ.

ആർക്കും പിടി കൊടുക്കാത്ത തന്റെ മനസ്സിനെ തളയ്ക്കാൻ അവനെങ്ങനെയായി? സഹോദരിയുടെ കല്യാണത്തിന് നാട്ടിൽ പോകുന്നതിന് മുമ്പ് സന്ദീപ് ഡ്രസ്സ് എടുക്കാൻ തന്നെയും ജേക്കബിനെയും കൂടെ കൂട്ടിയതും അവനായി ഷർട്ടും സ്യൂട്ടും താൻ തന്നെ തിരഞ്ഞെടുക്കണമെന്ന് ശഠിച്ചതുമെന്തിനായിരുന്നു? തന്റെ ഭാഗത്തും തെറ്റുണ്ടായിരുന്നു. രണ്ടുതവണ സന്ദീപിന്റെ ജോലിസ്ഥലത്ത് അടുത്തുള്ള ബ്യൂട്ടി പാർലറിൽനിന്നും മടങ്ങവേ അവനെക്കാണാനായി ജോലിസ്ഥലത്ത് പോകേണ്ടതുണ്ടായിരുന്നോ? അവിടുത്തെ കാന്റീനിൽ പോയിരുന്ന് അവനോടു വെറുതെ സംസാരിച്ചിരുന്നതെന്തിനായിരുന്നു?

‘‘ഫ്രിഡ്ജിലിരിക്കുന്ന ബീഫ് കുറച്ചെടുത്ത് ഉലത്താവോ?’’ ജേക്കബ് ടിവിയുടെ ശബ്ദത്തിന് മേലെ വിളിച്ചു ചോദിച്ചു.

ഫ്രിഡ്ജ് തുറന്നപ്പോൾ കറിവെക്കാനായി നേരത്തെ കഷണങ്ങളായി വെട്ടി വൃത്തിയാക്കി വെച്ചിരുന്ന താറാവ് കണ്ടത്. ഒരിക്കൽ താൻ ഉണ്ടാക്കിയ താറാവ് കറി കഴിക്കുമ്പോൾ സന്ദീപ് പറഞ്ഞത് അമല ഓർത്തു. ‘‘എന്തെരിവ്. ഷാപ്പിൽ കിട്ടുന്ന താറാവ് കറി പോലെ തന്നെ.’’ അമേരിക്കയിൽ വന്ന ശേഷം ആദ്യമായത്രെ അവൻ അത്ര സ്വാദുള്ള കറി കഴിച്ചത്.

നല്ലപോലെ താറാവ് കറിവെക്കുന്ന ഒരു പെണ്ണിനെ കെട്ടിയാ മതിയെന്ന് താൻ പറഞ്ഞപ്പോൾ ഒന്നും മിണ്ടാതെ അവൻ കണ്ണിറുക്കി ചിരിച്ചു. ഇടയ്ക്കൊക്കെ അതുണ്ടാക്കാൻ തന്നോട് ഒരു കൊച്ചു കുട്ടിയെപ്പോലെ ചിണുങ്ങി. പിന്നീട് പല രീതിയിൽ രുചികരമായി അവനിഷ്ടമുള്ള വിഭവങ്ങൾ തയ്യാറാക്കാൻ താൻ ശ്രമിച്ചിരുന്നു. എന്തോ തന്റെ പാചകത്തിന്റെ പ്രാവീണ്യം തെളിയിക്കാൻ ഓരോ അവസരവും താൻതന്നെ ഒരുക്കുകയായിരുന്നല്ലോ. ഓരോ പ്രാവശ്യവും അവനേകിയ അഭിനന്ദനങ്ങൾ തനിക്കേകിയ ആത്മവിശ്വാസം നിസ്സീമമായിരുന്നു.

പെട്ടെന്ന് തന്നെ ആ കഷണങ്ങൾ കഴുകി അമല കറിക്കായി മസാലയൊരുക്കി. സന്ദീപ് എരിവിന്റെ കാര്യം പറഞ്ഞ ശേഷം

അതുണ്ടാക്കുമ്പോൾ അറിയാതെതന്നെ താൻ കൂടുതൽ കുരുമുളകും മുളകുപൊടിയും ഇട്ടിരുന്നു. ജേക്കബ് പലപ്പോഴും എരിവ് കൂടുതലാണെന്ന് പരാതി പറഞ്ഞെങ്കിലും താൻ കേട്ടതായി ഭാവിച്ചില്ല. പാകം ചെയ്തുകൊണ്ടിരിക്കെ ഇടയ്ക്ക് അമല കൈയുടെ മറുപുറം കൊണ്ട് ചുണ്ടിൽ വെറുതെ തടവി.

''ജേക്കബേ എനിക്കൊരു ഡ്രിങ്ക് ഉണ്ടാക്കാമോ?'' മിക്സിയിൽ നിന്നും അരപ്പ് വടിച്ച് എടുക്കവെ അമല ഉറക്കെ ചോദിച്ചു.

''ഓക്കേ. വിൽ റെഡി ഇൻ ഫ്യൂ മിനിട്ട്സ്.''

ഒരിക്കൽ കറിക്ക് അരിയവേ സന്ദീപ് അടുക്കളയിലെ കൗണ്ടറിൽ ചാരിനിന്ന് തന്റെ കണ്ണുകളിലേക്ക് നോക്കി, ''എനിക്ക് അമലയെ വിശ്വസിക്കാമോ?'' എന്ന് ചോദിച്ചതും ഒന്നും മിണ്ടാതിരുന്ന തന്റെ കൈവിരലുകളിലേക്ക് അവൻ വിരലുകൾ അടുപ്പിക്കുന്നതു നോക്കി ചലനമറ്റു നിന്നതും അവൾ ഓർത്തു. ജേക്കബ് അന്ന് പൊടുന്നനവേ ഡ്രിങ്ക്സിലിടാനുള്ള ഐസ് എടുക്കാൻ വന്നില്ലായിരുന്നെങ്കിൽ?

''ബീഫ് റെഡിയായില്ലേ?''

ജേക്കബ് ശബ്ദമുയർത്തിയപ്പോഴാണ് ചിന്തകളിൽനിന്നും അമല ഉണർന്നത്.

''പത്തു മിനിട്ട്.'' ബീഫല്ലാ, ഡെക്കാണെന്ന കാര്യം പറഞ്ഞാൽ പിന്നെ അതു മതി ഒച്ചവെയ്ക്കാൻ.

കിടപ്പുമുറിയിലെ ഇരുട്ടിൽ ഭർത്താവിന്റെ കരവലയത്തിൽ അമരുമ്പോൾ പലപ്പോഴും അറിയാതെ മനസ്സിലേക്ക് അവന്റെ രൂപം തെളിഞ്ഞുവന്നപ്പോൾ കുറ്റബോധം തോന്നിയതാണ്. ഈയിടെയായി കിടപ്പറയിലെ തന്റെ തണുപ്പൻ പ്രതികരണത്തിൽ ജേക്കബ് പലപ്പോഴും പരിഭവം പറയാറുമുണ്ട്.

ഭ്രാന്തനായ കുതിരയെപ്പോലെ ചിന്തകൾ കുതിച്ചുപാഞ്ഞപ്പോൾ കൈവിട്ട കടിഞ്ഞാണിനായി അവൾ പരതി. സിങ്കിലെ ടാപ്പ് തുറന്ന് ചൂടുവെള്ളം വരുന്നതുവരെ അമല കാത്തു. തിളച്ച വെള്ളം അവളുടെ കൈകൾ പൊള്ളിച്ചു.

ഡ്രിങ്ക് റെഡിയാണെന്ന് ജേക്കബ് ഇടയ്ക്ക് ഓർമ്മിപ്പിച്ചുകൊണ്ടിരുന്നു.

താറാവ് റോസ്റ്റ് പാകമായപ്പോൾ ചൂടോടെ പ്ലേറ്റിലാക്കി അമല ജേക്കബിന്റെ മുന്നിൽ വെച്ചു. ഗ്രേഗൂസ് വോഡ്ക്കയിൽ ക്രാൻബെറിയുടെയും ഓറഞ്ചിന്റെയും ജ്യൂസ് ചേർത്തുണ്ടാക്കിയ തണുത്ത

കോക്ക്ടെയിൽ അവളുടെ ശരീരം തണുപ്പിച്ചു. ഒരു ഡ്രിങ്ക് എടുത്തു കഴിഞ്ഞപ്പോൾ വല്ലാത്തൊരു ആശ്വാസം.

''ഓ ഇന്നും ഡക്കാണോ. ബീഫ് തീർന്ന കാര്യം പറഞ്ഞില്ലല്ലോ?'' കപ്പലണ്ടി ചവച്ചുകൊണ്ട് ജേക്കബ് തന്റെ നീരസം വെളിവാക്കി.

ടിവിയിൽ കുറെ ആജാനുബാഹുക്കളായ അമേരിക്കൻ ഫുട്ബോൾ കളിക്കാർ പന്തുമായി ഓടുകയാണ്. എതിർകളിക്കാരിൽ ചിലർ അവരുടെമേൽ അടുക്കുകൾപോലെ ചാടി വീഴുന്നതും നോക്കി ആവേശഭരിതനായിരുന്ന ഭർത്താവിനോടു ചേർന്ന് അമല ഇരുന്നു. പിന്നെ അവൾ മുന്നോട്ടാഞ്ഞ് ബിയർ കുടിച്ചുകൊണ്ടിരുന്ന ഭർത്താവിന്റെ തലമുടിയിൽ കൈകൾകൊണ്ട് മെല്ലെ കോതി.

''നിനക്കീ കളി കണ്ടു കൂടെ? ചിക്കാഗോ ബിയെർസ് ഇപ്രാവിശ്യവും ജയിക്കില്ല.'' ഭാര്യയുടെ കൈ തട്ടിമാറ്റി ടിവിയിൽ നിന്നും കണ്ണെടുക്കാതെ ജേക്കബ് പറഞ്ഞു.

''ഉം... ഇനി എനിക്കീ കളിയൊക്കെ പഠിക്കണം. ഇടയ്ക്കിനി നമുക്കൊന്നിച്ചിരുന്നു കാണാമല്ലോ.'' അമല ആരോടെന്നില്ലാതെ പറഞ്ഞു.

റൂമിൽ തൂക്കിയിരുന്ന പെയിന്റിംഗിലേക്ക് അമല നോക്കി. വീതിയുള്ള, സ്വർണ്ണവർണ്ണ ഫ്രെയിമിൽ അരുവിയുടെ കരയിലുള്ള വീടും പൂക്കൾ നിറഞ്ഞ മുറ്റവും. വർഷങ്ങൾക്ക് മുൻപ് വീടിന്റെ പാലുകാച്ചലിന് സമ്മാനമായി കിട്ടിയതാണ്.

''റിനെ മാഗ്രിറ്റിയുടെ പെയിന്റിംഗ് നമുക്കീ മുറിയിൽ തൂക്കിയാലോ?'' അല്പനേരം ആലോചിച്ചിട്ട് അമല പറഞ്ഞു.

ഒന്നും മനസ്സിലാവാത്ത പോലെ ജേക്കബ് അമലയെ നോക്കി. എന്ത് വിഡ്ഢിത്തമാണ് ഭാര്യ എഴുന്നള്ളിക്കുന്നതെന്ന ഭാവം പതിവുപോലെ ആ മുഖത്തുണ്ടായിരുന്നു.

'കഴിഞ്ഞ മാസം പെയിന്റിംഗ് എക്സിബിഷന് പോയത് ഓർക്കുന്നില്ലേ? അവിടെ കണ്ടതിൽ എനിക്കിഷ്ടപ്പെട്ട ഒരു ചിത്രം ഫാമിലി റൂമിലേക്കായി വാങ്ങണമെന്ന് പറഞ്ഞതും മറന്നോ? റിനെ മാഗ്രിറ്റിയുടെ 'ദ ലൗവേഴ്സ്' എന്ന പെയിന്റിംഗ്. അതിന്റെ പകർപ്പ് വാങ്ങി നമുക്കീ ചുമരിൽ തൂക്കാം.''

മുഖം തിരിച്ചറിയാനാവാത്ത വിധം തുണിയാൽ മുഖം പരസ്പരം മറച്ച സ്ത്രീയും പുരുഷനും വികാരവായ്പോടെ ചുംബിക്കുന്ന ചിത്രമാണത്. തുണിയുടെ ആവരണത്തിലെ തീക്ഷ്ണമായ ചുംബനത്തിന്റെ അർത്ഥതലങ്ങൾ താൻ ചിന്തിച്ചതാണ്. അഭിനിവേശത്തിന്റെ ആലസ്യത്തിൽ ഒറ്റപ്പെടലിന്റെയും നിരാശയുടെയും മറുപുറം അതിൽ

മറയ്ക്കപ്പെടുന്നു. ആ പെയിന്റിംഗിനോട് എന്തുകൊണ്ടോ ഒരു പ്രത്യേക ഇഷ്ടം തോന്നിയതാണ്.

''ഓ... യാ... ഓർമ്മയുണ്ട്. കിസ്സിങ് സീൻ... അതിച്ചിരി എക്സോട്ടിക് അല്ലേ? ചിലപ്പോ നിനക്ക് ഭ്രാന്താണ്.''

''യേയ്... അതിവിടെ നന്നായിരിക്കും. സെയിൽസ്മാൻ തന്ന കാർഡ് കൈയിലുണ്ട്. ഞാൻ ഓർഡർ ചെയ്തോളാം.''

വരണ്ടുണങ്ങിയ മനസ്സിന്റെ ആഴങ്ങളിലെവിടയോ താനേ നിർഗളിച്ചുതുടങ്ങിയ നീരുറവ തടയാൻ താൻ അശക്തയാണെന്നത് അമല തിരിച്ചറിഞ്ഞു. ചില ഇഷ്ടങ്ങൾ വഴിയിലുപേക്ഷിച്ചു നടന്ന കലേണ്ടിയിരിക്കുന്നു. ആത്യന്തികമായി നേടാനും നഷ്ടപ്പെടുവാനും സ്നേഹമല്ലാതെ എന്താണുള്ളത്?

കളിയിൽ വ്യാപൃതനായിരുന്ന ജേക്കബിനെ തലമുടിയിൽ വീണ്ടും വിരലോടിച്ചുകൊണ്ടു പറഞ്ഞു. ''നമുക്കാ ജൂലിയെ സന്ദീപിന് വേണ്ടി ആലോചിച്ചാലോ?''

''ആര്, നാട്ടിലുള്ള നിന്റെ കസിനോ?''

''ഉം... കുഞ്ഞമ്മ ഒരു പയ്യനെ നോക്കുന്നുണ്ട്. അവളാണേ നല്ല പോലെ പാചകം ചെയ്യും. പാട്ട് പാടും. ഷീ ഈസ് വെരി ഇന്റലെക്ചൽ ടൂ. അവന് ചേരുന്ന പെണ്ണാ.''

''ആ... അവനോട് പറഞ്ഞു നോക്കാം.'' കളിയുടെ അവസാന നിമിഷത്തിന്റെ പിരിമുറുക്കത്തിലായിരുന്നു ജേക്കബ്.

മൊബൈലിൽ ഒരു മെസ്സേജ് വന്നതായി നോട്ടിഫിക്കേഷൻ തെളിഞ്ഞു. സന്ദീപാണ്. എന്താണ് ആ സന്ദേശമെന്നറിയാൻ പെട്ടെന്ന് ആകാംക്ഷ തോന്നിയെങ്കിലും അമല അത് നോക്കിയില്ല. ഒരുപക്ഷേ അതൊരു പ്രണയസന്ദേശമോ ക്ഷമാപണമോ ആകാം.

അന്തഃരംഗത്തിൽ യുദ്ധം മുറുകുകയാണെന്നും മനസ്സ് രണ്ടു ചേരിയായി തിരിഞ്ഞു പടയൊരുക്കം തുടങ്ങിയെന്നും അമല തിരിച്ചറിഞ്ഞു. ജയപരാജയങ്ങൾ നിർണ്ണയിക്കുന്നതുവരെ കാക്കാനാവില്ല. സേനാവിന്യാസം ചക്രാകൃതി സ്വീകരിച്ചു ചക്രവ്യൂഹമാകുന്നതിന് മുൻപ് ഈ പത്മവ്യൂഹത്തിൽനിന്നും തനിക്ക് പുറത്തു കടക്കാനാകുമോ?

ജനാലച്ചില്ലിൽ മൃദുചുംബനങ്ങളേകി താഴേക്ക് അലിഞ്ഞിറങ്ങുന്ന മഞ്ഞുകണങ്ങളെ നോക്കി അമല പറഞ്ഞു

''സർട്ടിഫിക്കേഷനായി ഓൺലൈൻ ക്ലാസ്സിന് എൻറോൾ ചെയ്ത കാര്യം പറഞ്ഞതല്ലേ? അത് അടുത്ത ആഴ്ച തുടങ്ങും. ഇനി മുതൽ

ഇവിടെ വെച്ചുള്ള ചീട്ടുകളിയും പാർട്ടിയുമൊന്നും വേണ്ട. അതൊക്കെ വേണമെങ്കിൽ അവരുടെ വീട്ടിലാകാമല്ലോ.''

ജേക്കബ് ബിയർ കുപ്പിയുടെ വക്കുകൊണ്ട് ചുണ്ടിൽ വെറുതെ തട്ടിക്കൊണ്ട് ഭാര്യയെ നോക്കി. അമല കുനിഞ്ഞ് മെല്ലെ സ്പൂൺ കൊണ്ട് പ്ലേറ്റിലെ മുളകുകൂട്ടി ഒരു താറാവിന്റെ കഷണമെടുത്ത് ജേക്കബിന്റെ വായിലേക്കിട്ടു.

''ഹോ... എരെരിവ്. ഹോ... എന്താ ഇത്?'' ജേക്കബ് എരിവു കൊണ്ട് മുഖം ചുളിപ്പിച്ചു.

ഭർത്താവിന്റെ ചുണ്ടുകളിൽനിന്നും ആ എരിവിന്റെ നീറ്റൽ കവർന്നെടുക്കണമെന്നും ആ സമയം തനിക്കിഷ്ടമുള്ള കൊളോണിന്റെ ഗന്ധം അവിടെ പടരുമെന്നും അമല ആഗ്രഹിച്ചു. പക്ഷേ, അപ്പോഴേക്കും ഉദരത്തിൽ പാറിനടന്നിരുന്ന ചിത്രശലഭങ്ങൾ മനസ്സിൽ ഭാരമുള്ള കല്ലുകൾ പെറുക്കിവെച്ച് എങ്ങോട്ടോ പറന്നകന്നിരുന്നു.

■

# വേട്ടയ്ക്കിറങ്ങിയ മാനുകൾ

**നി**റം മങ്ങിയ തൂവലുകൾ... ഏത് പക്ഷിയായിരിക്കുമത്?.

കൈയിലിരുന്ന പൊട്ടിയ കണ്ണടയുടെ ഫ്രെയിമിൽ അയാൾ മെല്ലെ വിരലുകളമർത്തി. രണ്ടാഴ്ചകൾക്ക് മുമ്പ് കണ്ണട താഴെ വീണു പൊട്ടിയതിനുശേഷം പുറത്തെ കാഴ്ചകൾ വ്യക്തമായി കാണാൻ കഴിഞ്ഞിരുന്നില്ല. വെള്ളപൂശിയ മരപ്പലകകൾകൊണ്ടു തീർത്ത വേലിയിലിരുന്ന പക്ഷി പറന്നു പോകുന്നതുവരെ ഒരു കൊച്ചു കുട്ടിയെപ്പോലെ അയാൾ കിടപ്പുമുറിയിലെ ജനാലയ്ക്കരികിൽ നിന്നു.

രാവിലെ ഉറക്കം തെളിഞ്ഞപ്പോൾ മുതൽ അയാൾ അസ്വസ്ഥ നായിരുന്നു. രാത്രിയിൽ സ്വപ്നം കണ്ടു ഞെട്ടിപ്പിടഞ്ഞു താഴെ വീണപ്പോൾ കട്ടിലിനോട് ചേർന്നു കിടന്ന മേശയിൽ തട്ടി അയാ ളുടെ നെറ്റി പൊട്ടിയത് മാത്രമായിരുന്നില്ല അതിന് കാരണം. കുറെ നാളുകളായി താൻ കാണുന്ന പേടിസ്വപ്നങ്ങളിലെ അത്ഭുതകര മായ സമാനത അയാളെ ആകുലതയിലാഴ്ത്തിയിരുന്നു. എല്ലാ യാമ ങ്ങളിലും അയാൾ അബോധമനസ്സിലെ ഊരുതെണ്ടലിൽ നിഷ്ക രുണം വേട്ടയാടപ്പെടുന്ന ഇരയെന്നപോലെ ഇടുങ്ങിയ ഊടുവഴികളി ലൂടെ ഓടിത്തളരുകയും ഇരുൾമൂടിയ ഇടനാഴികളിൽ ഒറ്റപ്പെടുകയും വായു കടക്കാത്ത തുരങ്കങ്ങളിൽപ്പെട്ടു ശ്വാസം മുട്ടുകയും ചെയ്തു കൊണ്ടിരുന്നു. ഭീതിയുളവാക്കിയിരുന്നെങ്കിലും വാർദ്ധക്യത്തിൽ തന്നെ വേട്ടയാടുന്ന ഈ സ്വപ്നങ്ങളിലെ സ്വകാര്യതയെ എന്തോ അയാൾക്ക് വെറുക്കാനായില്ല.

അമേരിക്കയിലെ പ്രശസ്തമായ ഒരു സർവ്വകലാശാലയിലെ ഫിലോസഫി പ്രൊഫസറായിരുന്നു അദ്ദേഹം. കുറെ വർഷങ്ങൾക്ക് മുമ്പുണ്ടായ വാഹനാപകടത്തിൽ നടുവിനുണ്ടായ ക്ഷതംമൂലം വിശ്രമജീവിതം നയിച്ചിരുന്ന അയാൾക്ക് അനായാസം നടക്കുവാൻ കഴിഞ്ഞിരുന്നില്ല. കുറച്ചുകാലങ്ങളായി താഴത്തെ നിലയിലേക്ക്

ഇടയ്ക്ക് പടിയിറങ്ങി ചെന്നിരുന്നതൊഴിച്ചാൽ ജീവിതം രണ്ടാംനില യിലെ ആ മുറിയിൽ മാത്രമായൊതുങ്ങി.

കിടക്കയ്ക്കഭിമുഖമായി കർട്ടൻകൊണ്ട് പാതിമറച്ച വലിയ ജനാലയിലൂടെ അയാൾ പുറത്തേക്ക് നോക്കി നിൽക്കുമായിരുന്നു. ജനാലയുടെ ചില്ലിൽ തട്ടി ചൂളമടിച്ച് മടങ്ങുന്ന കാറ്റ് തന്നെ സാന്ത്വനി പ്പിക്കാനെത്തുന്നതാണെന്ന് അയാൾക്ക് തോന്നാറുണ്ട്. ദൂരക്കാഴ്ച യിൽ ഇല പൊഴിക്കുന്ന മരങ്ങളും ഒരേ അച്ചിൽ വാർത്തതുപോലെ യുള്ള കുറെ വീടുകളും നഗരത്തിൽ ഭൂമിയോട് മുഖം തിരിച്ച് ഉയർന്നു നിൽക്കുന്ന ഓഫീസ് കെട്ടിടങ്ങളുമുണ്ട്. സമീപത്തെ വഴിയിലൂടെ നായ്ക്കളെ നടത്താനിറങ്ങുന്ന വെള്ളക്കാരും രാവിലെ ഓടാനിറങ്ങുന്ന സുന്ദരികളായ യുവതികളും ദിനവും പണിക്കു പോകുന്ന മെക്സി ക്കൻ വംശജരും ആദ്യമൊക്കെ അയാളിൽ കൗതുകമുണർത്തിയി രുന്നു. ക്രമേണ ഇവ വിരസമായ അമേരിക്കൻ നഗരക്കാഴ്ച മാത്ര മായി. വർണ്ണത്തൂവലുകളുള്ള ദേശാടനപ്പക്ഷികൾ വല്ലപ്പോഴും കൂട്ടമായി അതുവഴി പറന്നിരുന്നു. അവയുടെ വരവിനായി അയാൾ വളരെ നാളുകളായി കാത്തിരുന്നു.

വീടിന്റെ അതിരായി മുമ്പ് അങ്ങനെയൊരു വേലിയുണ്ടായിരു ന്നില്ല. കുറെ നാളുകൾക്ക് മുൻപ് അടുത്തുള്ള പൊന്തക്കാട്ടിൽനിന്നും മൂന്നു മാനുകൾ വീടിന്റെ പുറകിലുള്ള പുൽത്തകിടിയിൽ തുള്ളി ച്ചാടിയെത്തി വീടിനു ചുറ്റും ഓടിച്ചാടി കളിച്ചിരുന്നു. കാഴ്ചയിൽ വലിപ്പം കൂടിയ മാൻ അമ്മയും മറ്റു രണ്ടു മാനുകൾ കുട്ടികളുമാ ണെന്ന് തോന്നിച്ചു. വികൃതികളായ കുട്ടികളെ ലാളിക്കുകയും കൂടെ കളിക്കുകയും ചെയ്ത മുതിർന്ന മാനിൽ അമ്മയുടെയും കളിക്കൂട്ടു കാരിയുടെയും രൂപഭാവങ്ങൾ അതിശയിപ്പിക്കുന്നവിധം സമന്വയി ച്ചിരുന്നു. മാൻകുട്ടികളുടെ ശരീരത്തിലെ വെളുത്ത പുള്ളികൾ മുതിർന്ന മാനിൽ ഉണ്ടായിരുന്നില്ല. ഭംഗിയുള്ള ആ പുള്ളികൾ പ്രായമാകുമ്പോൾ താനേ മാഞ്ഞുപോകുമത്രെ. ജനാലയിലൂടെ ആ മാനുകളെ നോക്കിയിരുന്നപ്പോൾ അവരനുഭവിക്കുന്ന സ്വാതന്ത്ര്യവും സന്തോഷവും അയാളെ അസൂയപ്പെടുത്തി. അയാൾക്ക് വളരെ സന്തോഷം പകർന്ന കാഴ്ചയായിരുന്നു അത്.

''നോക്കി നിന്നോ. ചെടികളെല്ലാം ആ മെനകെട്ട മാനുകൾ നശി പ്പിച്ചു. അവ വീണ്ടും എല്ലാം നശിപ്പിക്കാനിറങ്ങിയതാണോ?'' അന്ന് ആ മാനുകളെ ആട്ടിപ്പായിച്ചിട്ട് ഭാര്യ താഴത്തെ നിലയിൽനിന്നും ഇരച്ചെത്തി.

''വീട്ടുവളപ്പിൽ മാനുകളെ കണ്ടാൽ അവരുടെ സ്വൈരവിഹാര ത്തിനായി പ്രകൃതി ഒരുക്കിയ ആവാസവ്യവസ്ഥയിലേക്ക് നമ്മൾ കടന്നു കയറിയെന്നാണ് അർത്ഥം.'' അയാൾ പറഞ്ഞു.

ഭാര്യ അയാളെ തുറിച്ചു നോക്കി.

പല സ്ഥലത്തു നിന്നും അവർ വാങ്ങി നട്ടുവളർത്തിയ ചെടികൾ നശിപ്പിച്ചതുകൊണ്ടാവണം ആ സംഭവം അയാളുടെ ഭാര്യയെ രോഷാകുലയാക്കിയിരുന്നു. അതിനടുത്ത ദിവസംതന്നെ പറമ്പിന് ചുറ്റും ഫെൻസുയർന്നു. അങ്ങനെ വെള്ളച്ചായം പൂശിയ ആ പലകകൾ അയാളുടെ കൊച്ചുലോകത്തിന്റെ പുതിയ അതിരുകളായി.

ആഴ്ചയിലൊരിക്കൽ മാലിന്യങ്ങൾ ശേഖരിക്കാനെത്തിയ കൗണ്ടിയുടെ ട്രക്ക് വാതുക്കൽ നിറുത്തി ട്രാഷെടുത്തുപോയ ശബ്ദം കേൾക്കാം. സമയമേറെ ആയിരിക്കുന്നു. അയാൾ മുറിയിലെ ഘടികാരത്തിലെ മെല്ലിച്ച റോമൻ അക്കങ്ങളെ നോക്കി. അതിലെ സൂചികളുടെ ഭ്രമണം നിലച്ചത് അപ്പോൾ മാത്രമാണ് അയാൾ ശ്രദ്ധിച്ചത്. പൂർണ്ണമായി നിന്നില്ല, അതിൽ ചെറിയ മിടിപ്പ് ഇപ്പോഴും അവശേഷിച്ചിട്ടുണ്ട്. കുറച്ചു നാളായി അത് കൃത്യത കാട്ടിയിരുന്നില്ല. അത് മാറ്റി പുതിയത് വാങ്ങണമെന്ന് ഭാര്യ പറയാറുണ്ട്.

ഉപരിപഠനത്തിനായി അമേരിക്കയിലെത്തിയ അയാളുടെ പ്രവാസജീവിതത്തിന്റെ തുടക്കത്തിൽ ഒപ്പം കൂടിയ ആ ഘടികാരവുമായി അയാൾക്ക് ഒരു ആത്മബന്ധം എന്നോ ഉടലെടുത്തതാണ്. ജീവിതചര്യയിൽ സമയത്തിന്റെ നിയന്ത്രണം ഒഴിഞ്ഞിട്ടും കിടക്കുമ്പോഴും എഴുന്നേൽക്കുമ്പോഴുമൊക്കെ വെറുതെ പഴയ ആ ക്ലോക്കിലേക്ക് നോക്കാറുണ്ടായിരുന്നു. രണ്ടു ദിനങ്ങളായി ക്ലോക്കിന്റെ പുറകിലൂടെ തലവെട്ടിച്ചു തന്നെ നോക്കിയിരുന്ന പച്ചക്കുതിരയെ ഇന്നെന്തേ കാണാത്തതെന്ന് അയാൾ ചിന്തിച്ചു. ശൂന്യത തളംകെട്ടിയ ശിഷ്ടജീവിതത്തിൽ എന്ത് ഐശ്വര്യമാണ് അത് കൊണ്ടുവരുന്നതെന്ന് അയാൾ അത്ഭുതപ്പെട്ടിരുന്നു.

താഴത്തെ നിലയിൽനിന്നും ഉയർന്നുകേട്ട ബഹളത്തിൽനിന്നും പേരക്കുട്ടി ഭക്ഷണം കഴിക്കാതെ വഴക്കടിച്ചതും സ്കൂളിൽ പോയതുമെല്ലാം അയാൾ അറിഞ്ഞു. മുറിയിലെ തയ്യൽ മെഷീനിൽ പാതി തയ്ച്ച വസ്ത്രത്തിൽ തൊട്ടുനിന്ന സൂചിയിലേക്ക് വെറുതെ നോക്കിയിരുന്നപ്പോൾ താഴെ ഗരാജിന്റെ വാതിലുയരുന്ന ശബ്ദം കേട്ടു. മകൾ ജോലിക്കു പോയിരിക്കുന്നു. പുതിയ കണ്ണടയ്ക്ക് അവൾ ഓർഡർ ചെയ്തുകാണുമോ? കണ്ണട വാങ്ങണമെന്ന് അയാൾ ഭാര്യയോടും മകളോടും സൂചിപ്പിച്ചിരുന്നതാണ്.

കണ്ണട മേശയിലിൽ വെച്ചിട്ട് അയാൾ ബാത്ത്റൂമിലേക്ക് നടന്നു. കണ്ണാടിയിൽ നോക്കി നരച്ച കുറ്റിത്താടിയിൽ വിരലോടിച്ചപ്പോൾ ആ കൈകൾ വിറച്ചു. രണ്ടു കണ്ണിനും താഴെയുള്ള കറുത്ത പാടുകൾ

കാഴ്ചയുടെ നിഴലായി കൂടെ കൂടിയിരിക്കുന്നു. കണ്ണുകൾ തുറിച്ചും മുഖം വക്രിച്ചും കോക്രികൾ കാട്ടിയും തനിക്കപരിചിതമായ രൂപങ്ങളെ അയാൾ വെറുതെ കണ്ണാടിയിൽ സൃഷ്ടിച്ചു.

പ്രഭാതകൃത്യങ്ങൾക്ക് ശേഷം കണ്ണടയുമെടുത്ത് താഴത്തെ നിലയിലെ തിരക്കൊഴിഞ്ഞ നിശ്ശബ്ദതയിലേക്ക് മെല്ലെ അയാൾ പടിയിറങ്ങി ചെന്നു. കാണികളില്ലന്നറിയാതെ ടിവിയിലെ കാർട്ടൂൺ കഥാപാത്രങ്ങൾ എന്തോ തമാശ പറഞ്ഞു കുലുങ്ങി ചിരിച്ചുകൊണ്ടിരുന്നു. ഊണുമേശയിൽ ഓട്ട്മീൽ തയ്യാറാക്കി മൂടിവെച്ചിരുന്നു. ചൂടാറിത്തുടങ്ങിയ മധുരമില്ലാത്ത കാപ്പി മുത്തിക്കുടിക്കുമ്പോൾ അതിലവശേഷിച്ച കാപ്പിക്കുരുവിന്റെ ഗന്ധത്തിനായി അയാൾ മൂക്കുകൾ വിടർത്തി.

''ഈ ഷർട്ട് മാറാൻ മേലാരുന്നോ?'' ഭാര്യ അരിശപ്പെട്ടു.

വെറുതെ തലകുലുക്കിക്കൊണ്ട് അയാൾ നീണ്ട നഖങ്ങൾ കാണാതിരിക്കാൻ കൈകൾ മറച്ചു.

മേശയിലിരുന്ന പഴുത്ത വാഴപ്പഴത്തിന്റെ തൊലിയിലെ കരിമംഗല്യം ബാധിച്ചപോലെയുള്ള കറുത്ത പാടുകളിൽ നീണ്ട നഖം കൊണ്ട് അയാൾ ചുരണ്ടി. തന്റെ കുട്ടിക്കാലത്ത് പറമ്പിൽനിന്നും ലുങ്കിയുടെ തുമ്പ് കക്ഷത്തിൽ തിരുകി കിളി കൊത്തിതുടങ്ങിയ ഞാലിപ്പൂവൻ കുലയുമായി വിയർത്തു കയറിവരുന്ന അച്ഛന്റെ മുഖം മുന്നിൽ തെളിഞ്ഞു. അവിചാരിതമായി പിതൃസ്മരണകൾ അയാളെ തേടിയെത്താറുണ്ട്. അച്ഛൻ സ്വയം മറന്നു പാടാറുള്ള ''പറന്നു പറന്നു പറന്നു ചെല്ലാൻ...'' എന്ന പാട്ട് അയാൾ മനസ്സിൽ മൂളി. അതെപ്പോഴോ ആ ചുണ്ടുകളെ അനക്കി.

''കഴിക്കാതെ പാട്ടു മൂളിയിരിക്കുവാണോ?'' ഭാര്യ ചോദിച്ചു.

അതു കേട്ട് അയാൾ ചൂടാറിയ ഓട്ട്മീലിൽ നിസ്സംഗതയോടെ കിടന്ന ഉണക്കമുന്തിരിങ്ങകളെ നോക്കി.

ഓട്ട്മീൽ ചവച്ചിറക്കിക്കൊണ്ട് അയാൾ ചോദിച്ചു, ''അവൾ കഴിച്ചിട്ടാണോ പോയത്?''

''ഇല്ല. അറ്റോണിയെ കാണണമെന്നു പറഞ്ഞു നേരത്തെ ഇറങ്ങി.'' നിലത്ത് ചിതറിക്കിടന്നിരുന്ന കളിപ്പാട്ടങ്ങൾ പെറുക്കിക്കൂട്ടുന്നതിനിടയിൽ അവർ പറഞ്ഞു.

വിവാഹമോചനത്തിനുള്ള നിയമനടപടികൾ മകൾ ആരംഭിച്ചിരുന്നു. കേസിന്റെ പുരോഗതിയെക്കുറിച്ച് കഴിവതും അവളുമായി ചർച്ച ചെയ്യാതിരിക്കുവാൻ അയാൾ ശ്രദ്ധിച്ചു. മകൾ അവളുടെ

സഹപാഠിയായിരുന്ന അമേരിക്കനായ ഗ്രെഗിനെ തനിക്ക് പരിചയപ്പെടുത്തിയതും വിവാഹം നടത്തണമെന്ന ആഗ്രഹം പിന്നീട് പറഞ്ഞതുമൊക്കെ കഴിഞ്ഞ ദിവസമെന്നപോലെ തോന്നുന്നു. ഗ്രെഗ് വീട്ടിലെത്തുമ്പോൾ ആരും മലയാളം സംസാരിക്കുകയോ ഇന്ത്യൻ ടിവി ചാനൽ കാണുകയോ ചെയ്യരുതെന്നും സാധാരണ താൻ വീട്ടിൽ ധരിക്കുന്ന മുണ്ടിനു പകരം പാന്റ്സോ നിക്കറോ ധരിക്കണമെന്നും മകൾ ശഠിച്ചിരുന്നു. തന്റെ സ്വത്വത്തെ ഓർമ്മപ്പെടുത്തിയ അവസാന അടയാളങ്ങളും അയാൾ അങ്ങനെ ഉപേക്ഷിച്ചതാണ്. പക്ഷേ പിന്നീട് മകളേക്കാൾ മലയാളഭാഷയും സംസ്കാരവും മനസ്സിലാക്കാൻ ശ്രമിച്ചത് ഗ്രെഗ് തന്നെയായിരുന്നല്ലോ.

മകൾ വളരെ മാറിയിരിക്കുന്നു. അവൾ തന്നിൽനിന്നും ക്രമേണ അകലുന്നതായി അയാൾക്ക് തോന്നാറുണ്ട്. സംസാരംപോലും ദിനം പ്രതി കുറഞ്ഞുവന്നു. കടലിനെ പുണരാൻ മലമടക്കുകളിലൂടെ കുത്തിയൊഴുകുന്ന പുഴയെന്നപോലെ അവൾ ഭ്രാന്തമായി മുന്നോട്ട് പാഞ്ഞുകൊണ്ടേയിരുന്നു.

എന്തോ ഓർത്തിട്ടെന്നപോലെ ഭാര്യ ധൃതിയിൽ അടുത്ത മുറിയിലേക്ക് പോയി. ഒരുപക്ഷേ വസ്ത്രങ്ങൾ മടക്കിവെക്കാനോ, തുണിയിൽ ചിത്രങ്ങൾ തുന്നാനോ പോയതാവണം. കുറെ നാളുകളായി തുണികളിൽ പലതരം ചിത്രപ്പണികൾ ചെയ്യുന്നതിൽ അവർ സന്തോഷം കണ്ടെത്താറുണ്ട്. ഈ ശീലം തുടങ്ങിയ കാലത്ത് തുന്നിയ വസ്ത്രങ്ങൾ തന്നെ കാട്ടിയിരുന്ന കാര്യം അയാളോർത്തു. അതിൽ കാര്യമായ താൽപര്യം പ്രകടിപ്പിക്കാതിരുന്നതുകൊണ്ടാവണം പിന്നീടതൊന്നും ഭാര്യ അയാളെ കാട്ടാതായി. വാർദ്ധക്യമെത്തിയ അലസമായ പ്രവാസജീവിതത്തിൽ ഭാര്യയുണ്ടാക്കിക്കൊണ്ടിരുന്ന തിരക്കുകൾ മാത്രമായിരുന്നു ചലനങ്ങളായി അവശേഷിച്ചിരിക്കുന്നത്. ഇത്രയും കാലം കൂടെ കഴിഞ്ഞിട്ടും അവളെപ്പറ്റിയുള്ള തന്റെ അറിവ് അപൂർണ്ണമാണെന്നും ഒരേ കൂരയ്ക്കുള്ളിൽ അദൃശ്യമായ ഏതോ തുരുമ്പെടുത്ത കൊളുത്തിൽ തങ്ങൾ ബന്ധിച്ചു കിടക്കുന്നതായും അയാൾക്ക് തോന്നാറുണ്ട്.

സന്ദർശകമുറിയിലെ ഷെൽഫിന്റെ തട്ടിൽ കഴിഞ്ഞ ദിനം രണ്ട് ചിലന്തികൾ വല കെട്ടിയിരുന്നു. അത് അവിടെ ചേക്കേറിയത് മുതൽ ആ ചിലന്തികളുടെ നീക്കങ്ങൾ അയാൾ ശ്രദ്ധിച്ചിരുന്നതാണ്. ഒരു കുട്ടിയുടെ കൗതുകത്തോടെ അവ തീർത്ത വലയിലെ ആദ്യ ഇരയെ കാത്ത് അവരോടൊപ്പം തലേദിവസം അയാളും ക്ഷമയോടെ കാത്തിരുന്നു. ഇന്നുകൂടി നോക്കിയിട്ട് ഒരു ചെറുപ്രാണിയെ പിടിച്ച് ആ വലയിലേക്ക് ഇട്ടുകൊടുക്കണമെന്ന് അയാൾ നിശ്ചയിച്ചു. തന്റെ

മനസ്സ് ഇരയോടൊപ്പമല്ല വേട്ടക്കാരനോടുകൂടെയാണല്ലോ എന്ന ചിന്ത അയാളിൽ ആശ്ചര്യമുളവാക്കി.

പുറത്ത് വാതിലിൽ ബെല്ലടിച്ചു. ജനാലയിലൂടെ താഴേക്ക് നോക്കി ഭാര്യ പറഞ്ഞു. ''ഫെഡെക്സിന്റെ ഡെലിവറി വാനാണല്ലോ.'' വാതിൽ തുറന്ന് പാഴ്സൽ വാങ്ങിവന്ന അവർ പൊതിയഴിച്ചുകൊണ്ട് ഭർത്താവിനെ നോക്കി പറഞ്ഞു. ''ഡിജിറ്റൽ അലാം ക്ലോക്കാണ്. ഓർഡർ ചെയ്ത കാര്യം മോള് പറഞ്ഞതാ.''

''പഴയതിനി?'' അയാൾ മുഴുമിപ്പിച്ചില്ല.

''കണ്ണടയെപ്പറ്റി അവളു വെല്ലോം പറഞ്ഞാരുന്നോ?'' അയാൾ ചോദിച്ചു.

അതിന് മറുപടി പറയാതെ ഭാര്യ ക്ലോക്കുമായി മുകളിലേക്ക് പോയി.

അയാൾ ഒരു നിമിഷം കണ്ണടച്ചിരുന്നു. നെറ്റിയിലെ മുറിവിന്റെ വേദന കുറഞ്ഞിരുന്നു. ഭക്ഷണം കഴിച്ചെന്നു വരുത്തി സന്ദർശന മുറിയിലെ സോഫയിലേക്ക് ചെരിഞ്ഞപ്പോൾ പണ്ടെഴുതിയ ഒരു കവിതയുടെ വരികൾ ഓർത്തെടുക്കുവാൻ ശ്രമിച്ചു. എന്തോ അതിനയാൾക്ക് കഴിഞ്ഞില്ല. ഒളിഞ്ഞും തെളിഞ്ഞും സ്മരണകൾ കേളിയാടുകയാണ്. ഓർമ്മയോട് സൗഹൃദം പുതുക്കാൻ ശ്രമിച്ചപ്പോൾ പലപ്പോഴും തൊട്ടു തൊട്ടില്ലെന്ന അകലത്തിൽ മറവിയുടെ കാണാക്കയങ്ങളിൽ അയാൾ വഴുതി വീണു.

സോഫയിൽ ചാരി കിടന്നപ്പോൾ കാതിൽ ശുദ്ധസംഗീതത്തിന്റെ അലയൊലികൾ. പണ്ടെങ്ങോ കേട്ടുമറന്ന ശബ്ദം. അയാൾ അത് തിരിച്ചറിഞ്ഞു. കർണ്ണാടക സംഗീതജ്ഞനായ എം.ഡി. രാമനാഥന്റെ സ്വരം. സംഗീതം ലഹരിയായിരുന്ന ചെറുപ്പകാലത്ത് തന്റെ സുഹൃത്തുമൊത്ത് അദ്ദേഹത്തിന്റെ കച്ചേരി കാണാൻ പോയതോർത്തു. ആനന്ദഭൈരവിയിലെ 'മാനസ ഗുരുഗുഹ' എന്ന കീർത്തനം രാമനാഥന്റെ ശബ്ദത്തിൽ മനസ്സിൽ നിറഞ്ഞു. അത് മൃതുപ്രായമായ ആ മനസ്സിൽ ജീവന്റെ നേരിയ സ്പന്ദനമുതിർത്തു. മനസ്സിൽ മുഴങ്ങിയ ആഴങ്ങൾ തൊട്ടറിഞ്ഞ ആ ആലാപനത്തിനൊപ്പം അയാളുടെ വിരലുകൾ അറിയാതെ താളം പിടിച്ചു.

വിളംബിത കാലത്തിന്റെ ആലസ്യത്തിൽനിന്നുണർന്ന് രാമനാഥൻ ചടുലതാളത്തിൽ പുതിയ സ്വരസഞ്ചാരങ്ങൾ തേടിയലഞ്ഞു. ടി.എൻ. കൃഷ്ണന്റെ വയലിനും മണി അയ്യരുടെ മൃദംഗവും ആ ആലാപനത്തിലെ ആഴത്തിലുള്ള ഭാവതലങ്ങളെ കുറെ നേരം പിന്തുടരുകയും പിന്നീട് പാട്ടിന്റെ വഴിയിലെവിടെയോ പിന്മാറുകയും ചെയ്തു.

അയാളുടെ ഉള്ളിലാകെ ആ സംഗീതത്തിന്റെ ജ്വാല പടർന്നു. അതിൽ ഒരു മെഴുകായ് അയാൾ ഉരുകി.

ആ കണ്ണുകൾ താനേ അടഞ്ഞു. മയക്കം അയാളെ അവബോധ മനസ്സിന്റെ പുതിയ മേച്ചിൽപ്പുറങ്ങളിലെത്തിച്ചു. സ്മൃതിഭ്രംശത്തിന്റെ ഇരുൾ മൂടിയ പുതിയ ലോകത്ത് അയാൾ കൊച്ചുകുഞ്ഞിനെപ്പോലെ സാവധാനം പിച്ചവെച്ചു.

പുഴ ശക്തിയായി ഒഴുകുന്നു. കരയിൽ അയാൾ മാത്രം. ഇട വിടാതെ പെയ്ത മഴയിൽ നദിയിലെ ജലനിരപ്പ് ഉയർന്നിരുന്നു. ആർത്തിരമ്പി കലങ്ങിമറിഞ്ഞൊഴുകിയ വെള്ളത്തിൽ ഒലിച്ചെത്തിയ ചെടികളും മരക്കഷണങ്ങളും ലക്ഷ്യമറിയാതെ മുന്നോട്ടു കുതിച്ചു. ഇരുകരകളേയും പകുത്തു കലഹിച്ചു തലകുലുക്കി കടന്നു പോകുന്ന ഈ പുഴ. എത്രയോ പേരുടെ വേദനകൾ ഏറ്റുവാങ്ങിയിട്ടാവാം ഇങ്ങനെ കലിതുള്ളിയൊഴുകുന്നത്?

അകലെ പുഴയിലേക്ക് ചെരിഞ്ഞുകിടന്ന കൊന്നത്തെങ്ങിന്റെ കുടുന്തയിൽനിന്നും പറന്നകന്ന കിളികളെ നോക്കിനിന്ന അയാളുടെ തൊട്ടടുത്തായി കാൽപ്പെരുമാറ്റം. അതച്ഛനല്ലേ? ചേർന്നുനിന്നുകൊണ്ട് അയാളുടെ മുടിയിൽ വിരലോടിച്ചുകൊണ്ട് അച്ഛൻ ചോദിച്ചു. "അവ സാനം നീ വന്നുവല്ലേ? യെന്താ വിഷാദിച്ചിരിക്കുന്നേ? ഇപ്പോ തനി ച്ചായല്ലേ?" ആ ചോദ്യങ്ങളിൽ വാത്സല്യത്തിന്റെയും അനുകമ്പയു ടെയും നീരോട്ടമുണ്ടായിരുന്നു.

അയാൾ തലകുനിച്ചു നിന്നു.

"നിനക്കീ പുഴ നീന്തിക്കടക്കാനാവുമോ?" അച്ഛൻ ചോദിച്ചു.

"ഉം... അതെന്തിനാ? ഇവിടെ കടത്തുണ്ടല്ലോ." കടവിൽ കെട്ടി യിട്ടിരിക്കുന്ന കടത്തുവഞ്ചിയിലേക്ക് നോക്കി അയാൾ പറഞ്ഞു.

"അതൊരു പ്രതീക്ഷ മാത്രമാണ്. നീന്താതിരിക്കാൻ ഒരു കാര ണവും. ഞാനീ പുഴ നീന്തിയതാണ്. നീയും ഇത് താണ്ടണം. നിനക്ക തിനാവും. നീന്തി അക്കരെയെത്തുന്നത് നോക്കി ഞാനിവിടുണ്ടാവും." അച്ഛന്റെ മുഖം ഒരു പ്രവാചകന്റേതുപോലെ ദീപ്തമായിരുന്നു.

കടത്ത് കടവിന്റെ പടവുകളിൽ കുട്ടികളാരോ കൊത്തങ്കല്ല് കളി ച്ചിട്ട് ഉപേക്ഷിച്ചുപോയ കല്ലുകൾ ചിതറിക്കിടന്നിരുന്നു. ഒന്നും ഉരി യാടാതെ അയാൾ വസ്ത്രം മാറി അച്ഛൻ കൊടുത്ത തോർത്തുടുത്തു. കാർമേഘങ്ങൾ അയാളുടെ തലയ്ക്കു മുകളിൽ ഉരുണ്ടുകൂടി. ഇനി മദിച്ചെത്താൻ പോകുന്ന മഴത്തുള്ളികളുടെ ഇരമ്പമോർത്തപ്പോൾ അയാൾക്ക് ആവേശമായി. ആളൊഴിഞ്ഞ പുഴക്കരയിലേക്ക് കുട്ടികൾ

പട്ടങ്ങളുമായി അകലെനിന്ന് ഓടി വന്നുകൊണ്ടിരുന്നു. നീളമുള്ള ചരടിൽ കെട്ടിയ വലിയ കറുത്ത പട്ടങ്ങൾ.

കൗമാരക്കാരന്റെ ചുറുചുറുക്കോടെ അയാൾ പുഴയിലേക്കിറങ്ങി കരുത്തോടെ കൈകൾ നീട്ടി ആഞ്ഞു നീന്തി. വെള്ളത്തിനു നല്ല തണുപ്പ്. ഒഴുക്കിനു ശക്തി ക്രമേണ കൂടിക്കൊണ്ടിരുന്നു. കൈകാലിട്ടടിച്ചും മുങ്ങാൻകുഴിയിട്ടും മുന്നോട്ട് നീങ്ങവേ കുറെ മീനുകൾ ഒറ്റയായും കൂട്ടമായും അയാളെ പിന്തുടർന്നു. നീന്തുംതോറും മറുകരയിലേക്കുള്ള ദൂരം കൂടിക്കൊണ്ടിരുന്നു. തളർച്ച വകവെയ്ക്കാതെ അയാളുടെ കൈകാലുകൾ ജലപ്പരപ്പിലെ ഓളക്കീറുകളെ മുറിച്ചു. തൂവലുകൾ പൊഴിഞ്ഞ ഒരു പക്ഷി ഉറക്കെ കരഞ്ഞുകൊണ്ട് അയാളുടെ തൊട്ടുമുന്നിലൂടെ ഒഴുകിനടന്ന ചത്തു മലച്ച ഒരു ചെറു മീനിനെ കൊത്തിയെടുത്ത് അകലേക്ക് പറന്നു.

മുകളിൽ ഇരുൾ പരത്തി കാർമേഘങ്ങളെന്നപോലെ പട്ടങ്ങൾ നിറഞ്ഞു. തിരിഞ്ഞു നോക്കിയപ്പോൾ അങ്ങകലെ നടന്നു മറയുന്ന അച്ഛനെ ഒരു പൊട്ടുപോലെ അയാൾ കണ്ടു.

നദിയുടെ മദ്ധ്യഭാഗത്ത് അടിയൊഴുക്ക് ശക്തമായിരുന്നു. പെട്ടെന്ന് തളർച്ച അയാളുടെ ശരീരത്തെ ആകമാനം ബാധിച്ചു. കാലിന്റെ പെരുവിരലിൽ നിന്ന് മരവിപ്പ് മുകളിലോട്ടു പടർന്നു. കൈകാലുകൾക്ക് ശരീരത്തിന്റെ ഭാരം താങ്ങാൻ ശക്തിയില്ലാതെ ബലഹീനമായി. ഒരു ഭാരക്കട്ടിയെന്നപോലെ ശരീരം പുഴയുടെ അടിയിലേക്ക് താണു. കണ്ണുകൾ തുറന്ന് പുഴയുടെ അടിത്തട്ടിലേക്ക് അയാൾ മിഴിച്ചു നോക്കി. അവിടെ വാടിയ ഇലകളോടുകൂടിയ ജലസസ്യങ്ങളും പരുക്കൻ കല്ലുകളും വാ തുറന്നിരുന്ന കക്കകളുമുണ്ടായിരുന്നു. ചെറുപ്പത്തിലെന്നോ വായിച്ചറിഞ്ഞ പവിഴപ്പുറ്റുകളോ ശംഖുകളോ വർണ്ണമത്സ്യങ്ങളോ അവിടെ അയാൾക്ക് കാണാൻ കഴിഞ്ഞില്ല.

നിലംപറ്റിക്കിടന്ന തന്റെ അടുത്തേക്ക് എന്തോ ഒഴുകി വരുന്നത് അയാൾ കണ്ടു. എന്താണത്? അഴകിത്തുടങ്ങിയ കുറെ മൃതശരീരങ്ങൾ. തൊട്ട് കടന്നുപോയ ആ ഉടലുകളാകട്ടെ, മീനുകൾ കൊത്തിപ്പറിച്ചു വികൃതമായ അവസ്ഥയിലായിരുന്നു. തിരിച്ചറിയാൻ കഴിയാത്തവിധം അഴുകിപ്പോയ അവയുടെ മുഖങ്ങൾ അയാളോട് പരിചിതഭാവം കാട്ടാൻ ശ്രമിച്ചു. എന്തോ പറയാൻ മുതിർന്ന അവയുടെ വായിൽനിന്നും പല്ലുകൾ അടർന്നു വീണു. വിവരിക്കാനാവാത്തവണ്ണം ഭീതി അയാളെ ഗ്രസിച്ചു. ശ്വാസം കിട്ടാതാവുന്നു. മുകളിലേക്ക് പതച്ചു പൊന്താൻ നോക്കിയെങ്കിലും കൈകാലുകൾ നിശ്ചലമായി കിടന്നു. ആവുന്നത്ര ഉറക്കെ നിലവിളിക്കാൻ ശ്രമിച്ചെങ്കിലും

അപ്പോഴേക്കും ശരീരത്തിനൊപ്പം നാവിന്റെയും ചലനം നിലച്ചിരുന്നു. തണുപ്പിന്റെ നേർത്ത നൂലിഴകൾ മരവിച്ചു തുടങ്ങിയ ആ ശരീരത്തെ വരിഞ്ഞു ചുറ്റി. നദിയിലെ ഒഴുക്കിനെ പ്രതിരോധിക്കാനാവാതെ ആ മിഴികൾ താനേ അടഞ്ഞു.

അയാൾ പരവേശത്തോടെ മയക്കത്തിൽനിന്നും ഞെട്ടിപ്പിടഞ്ഞെഴുന്നേറ്റു. നെറ്റിയിൽ പൊടിഞ്ഞ വിയർപ്പുകണങ്ങൾ എപ്പോഴോ പൊട്ടിവീണ മിഴിനീരിനൊപ്പം സോഫയിലേക്ക് ഒഴുകിയിറങ്ങിയിരുന്നു. പരിഭ്രാന്തിയോടെ ചുറ്റും നോക്കിയ അയാളെ മുറിയിലെ ഫിഷ് ടാങ്കിൽ കിടന്ന സ്വർണ്ണ മത്സ്യങ്ങൾ ചെകിളകൾ വിടർത്തി തുറിച്ചു നോക്കി.

ആ മുറിയുടെ മൂലയിലിരുന്ന് തുണിയിൽ ചിത്രങ്ങൾ തുന്നുകയായിരുന്ന ഭാര്യ പുറത്തേക്ക് നോക്കിയിട്ട് പറഞ്ഞു. ''ഓ... പിന്നേം പിച്ചും പേയും പറഞ്ഞ് കിടക്കുവാണോ? ദേ... ആ നശിച്ച മാനുകൾ വീണ്ടും വേട്ടയ്ക്കിറങ്ങിയിരിക്കുന്നു. ഫെൻസ് കെട്ടിയില്ലാരുന്നെങ്കിൽ അവ എല്ലാം നശിപ്പിച്ചേനേ. അന്ന് റോഡിന് കുറുകെ ചാടി കാർ തകർത്ത മാൻകൂട്ടങ്ങൾ തന്നെയാകുമിത്. അന്ന് മോന്റെ ജീവനെടുത്തിട്ടും ഇവറ്റയ്ക്ക് മതിയായില്ലേ? ജീവിതം തുലയ്ക്കാൻ വീണ്ടും വരുകാ.''

അയാളുടെ മനസ്സിൽ നിറഞ്ഞ കാർമേഘങ്ങൾക്കിടയിലൂടെ പെട്ടെന്ന് ഓർമ്മയുടെ മിന്നൽപ്പിണറുകൾ പാഞ്ഞു. ഒരു ഒഴിവുകാലത്ത് കുടുംബവുമായി രാത്രി വളരെ വൈകി മടങ്ങവേ റോഡ് മുറിച്ചുകിടന്ന മാനുകളെ അതിവേഗതയോടെ വന്ന തന്റെ കാറിടിച്ചപ്പോൾ അവ ചിതറിയോടിയതും അതിലൊരു മാൻ ചില്ലുകൾ തകർത്ത് കാറിന്റെ മുൻസീറ്റിലിരുന്ന മകന്റെ ശരീരം തകർത്തതും ആ വെളിച്ചത്തിൽ മിന്നിമറഞ്ഞു. തന്റെ കൈയിൽ മുറുകെപ്പിടിച്ചുകൊണ്ട് അവസാനമായി മകൻ തന്നെ ദയനീയമായി നോക്കി വിതുമ്പിയിരുന്നു. അയാളുടെ മനസ്സിലാകെ ചരട് പൊട്ടിയ കറുത്ത പട്ടങ്ങൾ ഇരുട്ടായി പടർന്നു. പുൽനാമ്പുകളെ കരിക്കുന്ന മീനമാസ വെയിലിന്റെ ചൂടുമായെത്തിയ ആ ഓർമ്മകൾ അയാളുടെയുള്ളിൽ പൂണ്ടുകിടന്ന കനലുകളെ ജ്വലിപ്പിച്ചു. അയാൾ സോഫയിലിരുന്ന പൊട്ടിയ കണ്ണടയിൽ മുറുകെപ്പിടിച്ചു.

തുന്നിക്കൊണ്ടിരുന്ന പുതപ്പും കൈയിൽ വിരിച്ച് ദേഷ്യത്തോടെ ഭാര്യ അയാളുടെ മുന്നിലെത്തി. ആ പുതപ്പിൽ തുന്നിച്ചേർത്തിരുന്ന ചിത്രത്തെ അശ്രു തളംകെട്ടിനിന്ന കൺപോളകൾക്കിടയിലൂടെ അയാൾക്ക് കാണാമായിരുന്നു. പ്രാണരക്ഷാർത്ഥം പുള്ളിപ്പുലിക്ക്

മുമ്പേ പായുന്ന മാൻകുട്ടികളെയായിരുന്നു ഭാര്യ അതിൽ തുന്നി ച്ചേർത്തിരുന്നത്. വളഞ്ഞുനീണ്ട കൊമ്പുകളോടുകൂടിയ മാനുകൾ തന്റെ മിഴികളിലേക്ക് ദൈന്യതയോടെ നോക്കുന്നതായി അയാൾക്ക് തോന്നി. അയാളെ അമ്പരിപ്പിച്ചുക്കൊണ്ട് ആ മാനുകൾ പെട്ടെന്ന് പുതപ്പിൽനിന്നും ചാടിയിറങ്ങി അയാളോട് ഒട്ടിച്ചേർന്നു നിന്നു. തന്റെ മടിയിൽ തല ചേർത്തു നിശ്ചലമായിനിന്ന അവയുടെ കുറ്റബോധം തുളുമ്പുന്ന കണ്ണുകൾ അയാളെ വേദനിപ്പിച്ചു. മാനുകളുടെ നിറുക യിൽ വാത്സല്യത്തോടെ തഴുകി മെല്ലെ അയാൾ സോഫയിലേക്ക് ചാരി കണ്ണുകളടച്ചു.

കണ്ണുകളുടെ കോണിൽ മറഞ്ഞിരുന്ന ഇരുൾ മെല്ലെ മാറിയ പ്പോൾ അവിടെ തെളിഞ്ഞ നീലിമയിൽ വർണച്ചിറകുകളുള്ള പക്ഷികൾ അങ്ങകലേക്ക് പറന്നകലുന്നത് അയാൾക്ക് വ്യക്തമായി കാണാമായിരുന്നു. കൂടും നാടുമുപേക്ഷിച്ചു ഏത് പുതിയ ദേശങ്ങൾ തേടിയാവും അവ കൂട്ടമായി പറന്നുപോകുന്നതെന്ന് അയാൾ ആശ്ചര്യ പ്പെട്ടു.

■

# കൊലുസ്സിട്ട പെൺകുട്ടി

**സ്കൂ**ളിലെ ഗ്രൂപ്പ് ഫോട്ടോയിൽ നിന്നെടുത്ത പെൺകുട്ടിയുടെ പുഞ്ചിരിക്കുന്ന ചിത്രമായിരുന്നു പത്രത്തിലെ വാർത്തയോടൊപ്പം ഉണ്ടായിരുന്നത്. ഭംഗിയായി പിന്നിയിട്ട തലമുടി പെൺകുട്ടിയുടെ തോളിന്റെ ഇരുവശങ്ങളിലൂടെ മുന്നോട്ടിട്ടിരുന്നു. ആ തിളങ്ങുന്ന വലിയ കണ്ണുകളിലേക്ക് അയാൾ നോക്കി. ചുറ്റും നിറഞ്ഞ കറുത്ത മെല്ലിച്ച അക്ഷരക്കൂട്ടങ്ങളുടെ ആക്രമണം അവളുടെ മുഖത്ത് ഭയത്തിന്റെ നേരിയ നിഴൽ വീഴ്ത്തിയിരുന്നതായി അയാൾക്ക് തോന്നി. വായനശാലയിലെ ഇരുണ്ട ഉൾമുറിയിൽ സൂക്ഷിച്ച, പൊടിപിടിച്ച പത്രക്കെട്ടിനിടയിൽനിന്നും വളരെ നേരത്തെ പരിശ്രമത്തിനു ശേഷമാണ് രണ്ടാഴ്ച മുമ്പിറങ്ങിയ ആ പത്രം അയാൾ കണ്ടെടുത്തത്. തങ്ങൾക്ക് പോകേണ്ട ദിക്കിനെക്കുറിച്ച് അത്ര നിശ്ചയമില്ലാതിരുന്നതുകൊണ്ടാവാം കുറെ ഉറുമ്പുകൾ പത്രക്കെട്ടുകൾ പരതിക്കൊണ്ടിരുന്ന അയാളുടെ കാലിനു ചുറ്റും വെറുതെ വട്ടം വെച്ചുകൊണ്ടിരുന്നു.

മങ്ങിക്കത്തിയ ബൾബിന്റെ പ്രകാശത്തിൽ അയാൾ രണ്ടാമതും ആ വാർത്ത വായിച്ചു. പ്രതികളായ പതിമ്മൂന്നുപേരേയും കോടതി വെറുതെ വിട്ടിരിക്കുന്നു. സംശയത്തിന്റെ ആനുകൂല്യം പ്രതികളെ തുണച്ചു. വാദിഭാഗത്തിനാകട്ടെ, പെൺകുട്ടി പ്രായപൂർത്തിയായിട്ടില്ലെന്നു തെളിയിക്കുവാൻ സാധിച്ചതുമില്ല. നീതിന്യായവ്യവസ്ഥയിൽ തനിക്കുള്ള വിശ്വാസം തെറ്റാതിരുന്നതിൽ അയാൾക്ക് അഭിമാനം തോന്നി. ഇനി കാര്യങ്ങൾ കൂടുതൽ എളുപ്പമാകുമെന്ന് അയാൾ കണക്കുകൂട്ടി. പ്രമുഖരാരും പ്രതിപ്പട്ടികയിൽ ഇല്ലാതിരുന്നതുകൊണ്ടാവണം സാധാരണ സ്ത്രീപീഡനക്കേസിനു കൊടുക്കുന്ന വാർത്താപ്രാധാന്യം ഒരു ഊമപ്പെൺകുട്ടി ഉൾപ്പെട്ട കേസിന് മാധ്യമങ്ങൾ കൊടുത്തിരുന്നില്ല. പ്രതികളെ വെറുതെ വിട്ട കോടതിവിധി ചുരുക്കം ചില പത്രങ്ങളിൽ മാത്രമാണ് ഉൾപ്പേജിലെങ്കിലും അച്ചടിച്ച് വന്നത്. അതിവേഗ കോടതിയിൽ വാദം പൂർത്തിയാക്കി ഒരു വർഷത്തിനകം

വിധി പുറപ്പെടുവിക്കാനായത് നീതിന്യായ ചരിത്രത്തിലെ പൊൻ തൂവലായാണ് പത്രം വിലയിരുത്തിയത്. ആദ്യദിനങ്ങൾക്കുശേഷം ചില പ്രമുഖ പത്രങ്ങൾ ഈ വാർത്തതന്നെ കണ്ടില്ലെന്നു നടിച്ച് വായനക്കാരെ ഹരം കൊള്ളിക്കാനുതകുന്ന മറ്റ് മൂല്യാധിഷ്ഠിത വാർത്തകൾ തേടിയലഞ്ഞു.

രണ്ടാഴ്ചയായി സ്ഥലത്തില്ലാതിരുന്നതിൽ അയാൾക്ക് നഷ്ട ബോധം തോന്നി. ഡൽഹിയിലുള്ള മകളെ കാണാനുള്ള തന്റെ യാത്ര ഒഴിവാക്കാമായിരുന്നു. ഇനിയെങ്ങാനും ആരെങ്കിലും നേരത്തെ പെൺകുട്ടിയെ സമീപിച്ചിരിക്കുമോ എന്നയാൾ ഭയപ്പെട്ടു. വാർത്താ ഭാഗം കീറി പോക്കറ്റിൽ ഇട്ട് അയാൾ പഴയ പത്രക്കെട്ടുകൾ സൂക്ഷി ച്ചിരുന്ന അകത്തെ മുറിയിൽനിന്നും പുറത്ത് കടന്നു. പീഡനത്തി നിരയായ പെൺകുട്ടിയുടെ മേൽവിലാസം പോക്കറ്റിൽ പരതി. ഇപ്പോൾ വണ്ടി കയറിയാൽ വൈകുന്നേരത്തോടെ അവളുടെ വീട്ടിലെത്താം. ബസ്സിറങ്ങിയാൽ അവിടെ ചെന്നെത്തേണ്ട വഴിയെക്കുറിച്ച് അയാൾക്ക് ഏകദേശ ധാരണയുണ്ടായിരുന്നു.

വായനശാലയിലെത്താറുള്ള സ്ഥിരം വായനക്കാർ അപ്പോഴേക്കും പത്രപാരായണം കഴിഞ്ഞു പോയിരുന്നു. മേശയിൽ ചിതറിക്കിടന്ന പത്രത്താളുകളെ ഇളക്കിക്കൊണ്ട് മുകളിൽ പൊടിപിടിച്ച പങ്ക തേങ്ങി ക്കൊണ്ടിരുന്നു. അടുത്തുള്ള ചായക്കടയിലെ പയ്യൻ മൂളിപ്പാട്ടു പാടി പത്രങ്ങൾക്കിടയിൽനിന്നും കാലിയായ ഗ്ലാസുകൾ എടുക്കുമ്പോൾ അയാളെനോക്കി കറപിടിച്ച പല്ലുകൾ കാട്ടി ചിരിച്ചു. ആർക്കോ വേണ്ടി എന്നോ മിടിച്ച സമയത്തിന്റെ സ്മാരകമായി ചില്ലു പൊട്ടിയ വലിയ ഘടികാരം വായനാമുറിയുടെ ചുമരിൽ തൂങ്ങിയിരുന്നു. നിശ്ചലമായ ആ ഘടികാരസൂചികളിൽ ചിലന്തികൾ കെണിയുടെ വലയൊരുക്കി ക്ഷമയോടെ ആർക്കോവേണ്ടി കാത്തുകിടന്നു.

തേച്ചു വടിവൊത്ത വെളുത്ത ഷർട്ടിലെ പൊടിതട്ടി മെല്ലെ വഴി യിലേക്കിറങ്ങുമ്പോൾ അവിടെയൊക്കെ അലഞ്ഞു തിരിയുന്ന കറുത്ത പൂച്ചകൾ കുറുകെ ചാടുമോയെന്ന് അയാൾ ഭയപ്പെട്ടു. നല്ല ശകുന ങ്ങൾ കാര്യങ്ങൾ ശുഭമാക്കുമെന്ന് അയാൾക്ക് ഉറപ്പുണ്ടായിരുന്നു.

ഒരുകാലത്ത് സമീപപ്രദേശങ്ങളിലെ പല പുരുഷന്മാർക്കും അയാൾ സ്ത്രീകളെ എത്തിച്ചുകൊടുത്തിരുന്നു. ഒളിഞ്ഞും തെളിഞ്ഞും അവ രിൽ പലരും അയാളെ മാമയെന്നും പിമ്പെന്നും വിളിച്ചു. അടുത്തുള്ള നഗരത്തിൽ കുറെ സ്ഥിരം ഉപഭോക്താക്കൾ അയാൾക്കുണ്ടായിരുന്നു. അവരുടെ കുഴിച്ചുമൂടപ്പെട്ട തീക്ഷ്ണമായ ആഗ്രഹങ്ങളെ പൂർത്തീ കരിക്കുവാൻ വിശ്വസ്തനായ വേറെയാരും ആ ദേശത്ത് അവർക്കി ല്ലായിരുന്നു. കനലായി ചാരംമൂടിക്കിടന്ന അവരുടെ വികാരങ്ങൾക്ക് അയാൾ കൊടുത്തിരുന്ന സുരക്ഷ ദിനംപ്രതി അയാളിലേക്ക് അവരെ

കൊണ്ടുചെന്നെത്തിച്ചു. അത് പലരും മറന്നുതുടങ്ങിയ അയാളുടെ കൂട്ടിക്കൊടുപ്പിന്റെ പഴയ ചരിത്രം. ഇന്നാകട്ടെ, അത് പേരിനു മാത്ര മായി ചുരുങ്ങി. കൂടെയുണ്ടായിരുന്ന സ്ത്രീകൾ പുതിയ മേച്ചിൽപ്പുറ ങ്ങൾ തേടിപ്പോയതും തനിക്ക് പ്രായമേറിയതുമാണ് ഈ വ്യവഹാരം തുടരാനാവാതിരുന്നതെന്നാണ് തന്നെ തേടിയെത്തിയ പലരോടും അയാൾ പറഞ്ഞത്. എന്നാൽ അയാൾ കണ്ണിച്ചോരയില്ലാത്ത മനുഷ്യ നായിരുന്നെന്നും തങ്ങൾ വഞ്ചിക്കപ്പെട്ടതാണെന്നും ആ സ്ത്രീകളിൽ പലരും അടക്കം പറഞ്ഞു.

തന്റെ പ്രായത്തോടൊപ്പം സമൂഹത്തിലെ കാഴ്ചപ്പാടുകളും മാറി യത് ആശങ്കയോടെയാണ് അയാൾ കണ്ടത്. മാറിയ കാലത്തിൽ സ്ത്രീപുരുഷബന്ധത്തിന് അയാളെപ്പോലെയൊരു മധ്യസ്ഥന്റെ ആവശ്യം ഇല്ലാതായിരിക്കുന്നു. നഷ്ടപ്പെട്ട തന്റെ പഴയ കാലം തിരിച്ചുപിടിക്കണമെന്ന് അയാൾ ആഗ്രഹിച്ചു. അതിന് ഏറെ പ്രായ മില്ലാത്ത ഒരു സുന്ദരി പെൺകുട്ടി തന്നോടൊപ്പം ഉണ്ടാകേണ്ടതാ വശ്യമാണെന്ന് ആൺകൗതുകങ്ങളെ അടുത്തറിയാമായിരുന്ന അയാ ളിലെ കച്ചവടക്കാരന് അറിയാമായിരുന്നു. ആവശ്യക്കാർ അത് നിര ന്തരം അയാളെ ഓർമ്മപ്പെടുത്തിക്കൊണ്ടിരുന്നു. എന്തുകൊണ്ടോ ഒരു കൂട്ടിക്കൊടുപ്പുകാരനായിരുന്നിട്ടുകൂടി ഒരു പെണ്ണും താൻ കാരണം വേശ്യാവൃത്തിക്ക് തുടക്കമിടരുതെന്ന് അയാൾ ആഗ്രഹിച്ചു. അതു കൊണ്ടുതന്നെ വളരെ മടിച്ചാണ് അയാൾ അതിനെക്കുറിച്ച് ചിന്തി ച്ചതും തന്റെ ആ തീരുമാനത്തിന് മാറ്റം വരുത്താൻ നിശ്ചയിച്ചതും.

പീഡനക്കേസിൽപെട്ട ആ ഊമപ്പെണ്ണിനെക്കുറിച്ചുള്ള വിവരങ്ങൾ അയാൾ നേരത്തെ ശേഖരിച്ചിരുന്നു. അവളുടെ അമ്മ ചെറുപ്രായ ത്തിലേ ദീനം ബാധിച്ചു മരിച്ചു. പിതാവാകട്ടെ, താമസിയാതെതന്നെ രണ്ടു പെൺമക്കളേയും ഉപേക്ഷിച്ച് മറ്റൊരു സ്ത്രീയുടെ കൂടെ പൊറുതി തുടങ്ങി. പെൺകുട്ടി ഇളയ സഹോദരിയോടൊപ്പം വല്യമ്മ യുടെ കൂടെയായിരുന്നു താമസിച്ചിരുന്നത്. എല്ലാംകൊണ്ടും സാഹ ചര്യങ്ങൾ തനിക്കനുകൂലമാണെന്ന് അയാൾ വിലയിരുത്തി.

സെൽഫോണിൽ നിന്നുയർന്ന സംഗീതം അയാളുടെ ചിന്തകളെ മുറിച്ചു. പണ്ട് തരംഗിണിയിറക്കിയ ഒരു ഭക്തിഗാനശകലമായിരുന്നു ഫോണിലെ റിംഗ്ടോൺ. രാത്രിയെന്നോ പകലെന്നോ നോക്കാതെ പലപ്പോഴും ആ സംഗീതവീചികൾ അയാൾക്ക് ചുറ്റും അലകളു യർത്തി.

''നോക്കട്ടെ. വൈകുന്നേരത്തേക്കറിയാം. വൈകിട്ട് വിളിച്ചോളൂ.'' അയാൾ പറഞ്ഞു നിറുത്തി.

കുറെനാളുകളായി അയാൾക്ക് പലരേയും നിരാശരാക്കേണ്ടി വരുന്നു. ഇടപാടുകളിലെ പുതിയ ഹൈടെക് രീതികളൊന്നും

അയാൾക്ക് അത്ര പരിചയമുണ്ടായിരുന്നില്ല. അടുത്തയിടെയാണ് അയാൾ ഒരു സെൽഫോൺപോലും വാങ്ങിയത്. അതിനുശേഷം കാര്യങ്ങൾ മെച്ചപ്പെട്ടു തുടങ്ങി. തന്നെ തേടി വരുന്ന ഫോൺ വിളിയിലെ മറുഭാഗത്തെ ശബ്ദവ്യതിയാനവും ശ്വാസനിശ്വാസങ്ങളുടെ ഗതിവേഗവുംകൊണ്ട് ഉപഭോക്താക്കളുടെ ആവശ്യകതയുടെ അളവ് തിരിച്ചറിയാനുള്ള കഴിവ് അയാൾ പഴയ അനുഭവങ്ങളിലൂടെ ആർജ്ജിച്ചിരുന്നു.

തിരക്കുള്ള ബസ്‌യാത്രയിലും പുറകോട്ട് ഓടിമറയുന്ന പുറം കാഴ്ചകളും പെയ്തുകൊണ്ടിരുന്ന മഴയുടെ ഏറ്റക്കുറച്ചിലും അയാളുടെ കിനാവുകൾക്ക് നിറവും താളവും നൽകി. കുണ്ടും കുഴിയും നിറഞ്ഞ റോഡിൽ കെട്ടിക്കിടന്ന വെള്ളം ചുറ്റും തെറുപ്പിച്ചുകൊണ്ട് വണ്ടിയുടെ ചക്രങ്ങൾ വേഗത കൂട്ടി. വഴിയിലേക്ക് പടർന്നുനിന്ന വൃക്ഷങ്ങളിലെ പച്ചപ്പുള്ള ഇലനാമ്പുകളിൽനിന്നും ബസ്സിലെ ജനാലയിലൂടെ മുഖത്തേക്ക് തെറിച്ച ജലകണങ്ങളുടെ വന്യഗന്ധം അയാളെ മത്തു പിടിപ്പിച്ചു.

കവലയിൽ ബസ്സിറങ്ങി ആദ്യം കണ്ട കടയിലേക്ക് അയാൾ നടന്നു. പല്ലിട കുത്തിയ യാത്രാടിക്കറ്റ് തുപ്പിക്കളഞ്ഞ് അയാൾ അവിടെ കുശലം പറഞ്ഞു നിന്നവരോട് ചോദിച്ചു. ''ഈ ആശാന്റെ പള്ളിക്കൂടത്തിലേക്കുള്ള വഴി?''

അയാളിലെ അപരിചിതിത്വം അവിടെ കൂടിനിന്നവരുടെ പുരികങ്ങളെ വളച്ചു. അതിലൊരാൾ ഇടതുതോളിൽ കിടന്ന പച്ചക്കരയുള്ള തോർത്ത് വെറുതെ ഒന്ന് കുടഞ്ഞിട്ട് വലത്തെ തോളിലേക്കിട്ട് അയാളെ സൂക്ഷിച്ച് നോക്കി. ബീഡി പുകച്ചുരുളിനുള്ളിൽനിന്നും പുറത്തു വന്ന നരച്ച താടിക്കാരൻ ചൂണ്ടിക്കാട്ടിയ വഴിയിലൂടെ, പടർന്നുനിന്ന നീർമരുത് മരങ്ങൾ താഴെ വരച്ച തണൽ ചിത്രങ്ങൾ ചവുട്ടി അയാൾ നടന്നു. അവിടെ മഴ എപ്പഴോ പെയ്തു തീർന്നിരുന്നു. ചരക്കുമായി ടെമ്പോ വാനുകൾ ഇടയ്ക്കു പോകുന്നതൊഴിച്ചാൽ ആ വഴി പൊതുവേ വിജനമായിരുന്നു.

കാടുകേറിക്കിടന്ന പൊട്ടിപ്പൊളിഞ്ഞ ആശാന്റെ പള്ളിക്കൂടം ആരിലും പഴയ കുടിപ്പള്ളിക്കൂടത്തിന്റെ ഓർമ്മകളുണർത്തുമായിരുന്നു. സ്കൂൾ കഴിഞ്ഞുള്ള വളവ് തിരിഞ്ഞപ്പോൾ സ്കൂൾ മൈതാനത്തുനിന്നും വഴിയിലേക്ക് വന്നുവീണ ക്രിക്കറ്റ് പന്തെടുക്കാൻ ഓടിവന്ന കുട്ടി ചൂണ്ടിക്കാട്ടിയ ഇടവഴിയിലൂടെയായിരുന്നു അയാളുടെ പിന്നീടുള്ള യാത്ര. ഓലമേഞ്ഞ കുടിലുകളായിരുന്നു വീതി കുറഞ്ഞ വഴിക്ക് ഇരുവശവും. വഴിയോട് ചേർന്നുണ്ടായിരുന്ന ഓടയിൽനിന്നും പുറത്തേക്ക് ഒഴുകാനാവാതെ തളംകെട്ടിക്കിടന്ന

മാലിന്യങ്ങൾ അവിടമാകെ ദുർഗന്ധം പരത്തി. നാടും നഗരവും നവലോകത്തിന്റെ പുരോഗതി വിളിച്ചോതുന്ന നവലോകത്ത് ആ കടലോരഗ്രാമത്തിലെ ദാരിദ്ര്യം അയാളെ അതിശയപ്പെടുത്തി. അടുത്തെവിടെയോ കയറുപിരിക്കുന്ന റാട്ടിന്റെ തേങ്ങൽ കേൾക്കാമായിരുന്നു. വഴിക്കിരുവശവുമുള്ള ചില കുടിലുകൾക്കുള്ളിൽനിന്നും ആരോ തല പുറത്തിട്ട് ആ അപരിചിതനെ നോക്കി. അടുത്തുള്ള കുടിലിൽനിന്നും വാവിട്ടുകരയുന്ന കൊച്ചുകുട്ടിയുടെ രോദനം അവിടെ പരന്നിരുന്ന മൂകതയെ തെല്ലുനേരം അകറ്റി. ലക്ഷം വീട് കോളനിയെന്നു തോന്നിച്ച ആ സ്ഥലത്തെ അവസാനത്തെ വീടായിരുന്നു ആ പെൺകുട്ടിയുടേത്.

നാക്ക് പുറത്തേക്കിട്ട് കിതപ്പോടെ ഒരു തെരുവ് പട്ടി ആ കുടിലിനു മുന്നിൽനിന്ന് വെളുത്ത പാണ്ടുള്ള വാലാട്ടി അയാളെ ദയനീയമായി നോക്കി. അതിന്റെ മുതുകിൽ വ്യാപിച്ച വ്രണത്തിൽനിന്നും ചോര കുടിക്കുന്ന ചെള്ളുകളെ അകറ്റാൻ നായ ഇടയ്ക്കു കാലുപൊക്കി മാന്തുകയും അപ്പോഴൊക്കെ വികല ശബ്ദത്തിൽ ഞെരങ്ങുകയും ചെയ്തു. അതോടൊപ്പംതന്നെ തലയ്ക്കു ചുറ്റും മൂളിപ്പറന്ന ഈച്ചകളെ അകറ്റുവാൻ അത് വിഫലശ്രമം നടത്തിക്കൊണ്ടിരുന്നു. ആ കുടിലിനു സമീപം പായലുപിടിച്ച ഇഷ്ടികകൾക്ക് മുകളിൽ ഉറപ്പിച്ച കോഴിക്കൂടിന്റെ വാതിൽ തുറന്നുകിടന്നു. ആ കുടിലും അതിനോട് ചേർന്നുള്ള കുശുത്ത പട്ടികയടിച്ച കോഴിക്കൂടും ഭിക്ഷ യാചിക്കുന്ന ഒരു അമ്മയെയും കുഞ്ഞിനെയും ഓർമ്മിപ്പിച്ചു. പാതി മെടഞ്ഞുതീർന്ന ഒരു മടൽ ഓലയും കുറെ ചകിരിത്തൊണ്ടുകളും വീടിനോട് ചേർന്നു കിടന്നിരുന്നു. അകത്തുനിന്നും മണ്ണെണ്ണ സ്റ്റൗ കത്തുന്ന ശബ്ദം കേൾക്കാമായിരുന്നു.

ആ കുടിലിന്റെ മുകളിലേക്ക് ഒരു പേരമരം പടർന്നുനിന്നിരുന്നു. വാവലുകൾ പാതി ചവച്ചു തുപ്പിയ പിഞ്ചു പേരയ്ക്കാകൾ ഇലകൾക്കിടയിലൂടെ അയാളെ നോക്കിക്കിടന്നു. പേരയുടെ തടിയിൽ കൊത്തിയ പെൺകുട്ടിയുടെ പേര് അയാൾ തന്റെ തല ചെരിച്ചുവെച്ച് വായിച്ചു. ഒരുപക്ഷേ പണ്ടെങ്ങോ പെൺകുട്ടി തടിയിൽ കൊത്തിവെച്ചതാകാം. ഭൂതകാലം മറയ്ക്കാൻ വെമ്പൽകൊള്ളുന്ന മനസ്സെന്നപോലെ മരത്തൊലി ആ പേരിനെ മൂടാൻ തുടങ്ങിയിരുന്നു.

അവിടവിടെ കുരുപ്പ പൊങ്ങിയ മുറ്റത്തുനിന്ന അയാൾ കുടിലിലേക്ക് നോക്കി ചോദിച്ചു, ''ഇവിടെയാരുമില്ലേ?''

കൂരയ്ക്കുള്ളിലെ സ്റ്റൗവിന്റെ ശബ്ദം നിലച്ചു. അകത്തുനിന്നും മുഷിഞ്ഞ മുണ്ടും ബ്ലൗസും ധരിച്ച എഴുപതു വയസ്സ് പ്രായം തോന്നുന്ന ഒരു സ്ത്രീ തല നീട്ടി.

''ആരാ?'' ചിലമ്പിച്ച സ്വരത്തിൽ അവർ ചോദിച്ചു. ഒരു നൂറ് ഉത്തരങ്ങൾക്കായി കാതോർക്കുന്നതുപോലെ തോന്നിച്ച ആ ചോദ്യം അയാളെ രണ്ടു വലം വെച്ച് അവിടെയൊക്കെ വട്ടം ചുറ്റി. അതിൽ ഉലയാതിരിക്കാൻ കുടിലിന്റെ മുന്നിലേക്ക് അയാൾ നീങ്ങി നിന്നു.

''മോൾക്ക് വേണ്ടി ഒരു ജോലീടെ കാര്യം.'' അയാളുടെ സ്വരം ആർദ്രമായിരുന്നു.

മെല്ലെ പുറത്തേക്കിറങ്ങിവന്ന സ്ത്രീ കൂടുതൽ പരിക്ഷീണയായി തോന്നിച്ചു. വാർദ്ധക്യം ഉഴവുചാലുകൾ തീർത്ത ആ മുഖത്ത് നിരാശ പരന്നിരുന്നു. എണ്ണ തേയ്ക്കാത്ത അവരുടെ നരച്ച തലമുടി പാറിപ്പറന്നു കിടന്നു. ആ ദയനീയ നോട്ടം ഞൊടിയിടയിൽ ഒരായിരം അമ്പുകൾ തടുക്കുവാൻ പ്രാപ്തിയുള്ള ഒരു പരിചയായി മാറി.

''നേരത്തെ കണ്ടിട്ടില്ലല്ലോ. ആര് പറഞ്ഞിട്ടാ? ആന്റപ്പൻ പറഞ്ഞു വിട്ടതാണോ? എല്ലാം കഴിഞ്ഞിട്ടും അവനിനിയും മതിയായില്ലേ? ഈ മിണ്ടാപ്രാണിയെ കൊന്നിട്ടേ അടങ്ങൂ? ദുഷ്ടൻ.''

ഒറ്റ ശ്വാസത്തിൽ അത് പറഞ്ഞുതീർത്ത് ആ സ്ത്രീ ശ്വാസം കിട്ടാതെ കിതച്ചു. ഉച്ചത്തിലുള്ള അവരുടെ ശ്വാസോച്ഛ്വാസം ഒരു വിലാപത്തെ ഓർമ്മിപ്പിച്ചു. ആരെയോ അവർ വല്ലാതെ പേടിക്കുന്നു.

നിങ്ങൾ ഉദ്ദേശിക്കുന്ന ആളെ താൻ അറിയില്ലെന്നും ഇനി ഭയക്കേണ്ടതില്ലന്നുമുള്ള മുഖവുരയോടെ അയാൾ പതിഞ്ഞ സ്വരത്തിൽ സംസാരിച്ചു തുടങ്ങി. പാവപ്പെട്ടവരുടെ ക്ഷേമത്തിനായി നഗരത്തിൽ പ്രവർത്തിക്കുന്ന പ്രശസ്തമായ ഒരു സാമൂഹ്യസംഘടന തന്നെ അയച്ചതാണെന്നും പെൺകുട്ടിയുടെ ദയനീയാവസ്ഥയിൽ സങ്കടമുണ്ടെന്നും കൊച്ചിയിലുള്ള ഒരു കമ്പനിയിൽ പെൺകുട്ടിക്ക് ജോലി തരപ്പെടുത്തിയിട്ടുണ്ടെന്നും വിശ്വസീനിയമായ രീതിയിൽ ആ സ്ത്രീയുടെ മുന്നിൽ അയാൾ തന്മയത്വത്തോടെ അവതരിപ്പിച്ചു. സാമൂഹ്യസേവനരംഗത്ത് തങ്ങളുടെ സൊസൈറ്റി കൈവരിച്ചിട്ടുള്ള നേട്ടങ്ങളും ലഭിച്ചിട്ടുള്ള ബഹുമതികളും അവിടെ വിസ്തരിക്കാൻ അയാൾ മടിച്ചില്ല. തന്റെ പേരക്കുട്ടിയാകാനുള്ള പ്രായമേ ഇവിടുത്തെ കുട്ടിക്കുള്ളൂവെന്നും ആ സ്ത്രീയുടെ ആശയറ്റ കണ്ണുകളിൽ നോക്കി അയാൾ പറഞ്ഞു.

അവിശ്വാസത്തിന്റെ ഒറ്റപ്പെട്ട മേഘപാളികൾ ആ മുഖത്ത് കണ്ടതൊഴിച്ചാൽ അത് അവരിൽ കാര്യമായ ഭാവഭേദമുണ്ടാക്കിയില്ല. ഇതെല്ലാം കേട്ടിട്ടെന്നപോലെ കുടിലിനുള്ളിൽനിന്നും ഒരു കൊലുസ്സിന്റെ കിലുക്കം കേട്ടതായി അയാൾക്ക് തോന്നി.

''ഓ... അവളിപ്പോ പുറത്തിറങ്ങാറില്ല. ഇരുട്ടത്തുതന്നെ ഇരുപ്പാ.

ഇപ്പൊ ജോലിക്കൊന്നും ആവില്ല.'' എന്തോ ചിന്തിച്ചിട്ട് ആ സ്ത്രീ പറഞ്ഞു. അവരുടെ ശബ്ദം ഇടറിയിരുന്നു.

''ഞാൻ വേണേ നേരിട്ട്...'' അയാൾ അത് പൂർത്തിയാക്കിയില്ല.

''അവൾക്കിപ്പോ ആരേയും കാണണ്ട. പുറത്താരെങ്കിലും വന്നാൽ ത്തന്നെ ആകെ ആധിയാ. വല്ലോരേം കണ്ടാ എന്റെ കൊച്ച് പേടിച്ചു വിറയ്ക്കുവാ.''' ആ ശബ്ദത്തിൽ കദനം തിങ്ങിനിന്നു.

അകത്ത് കൊലുസ് വീണ്ടും കിലുങ്ങി.

കുടിലിനകത്തുനിന്നും ഇറയത്തേക്കിറങ്ങിവന്ന ഒരു വെളുത്ത പൂച്ച അവരുടെ സംസാരത്തിന് കാതോർത്തിട്ട് അതിൽ ഒട്ടും താല്പര്യമില്ലാത്തപോലെ നാക്കുകൊണ്ട് മുഖം തുടച്ച് പതുക്കെ പുറത്തേക്കിറങ്ങി. അയാളുടെ കാലുകളിൽ മുട്ടിയുരുമ്മി അത് അലസ മായി നടന്നു പോയി.

''അവക്ക് ഇനിയും ഒന്നു ശരിക്കുറങ്ങാറായിട്ടില്ല. രാത്രീല് ഞെട്ടി യെഴുന്നേറ്റു കരച്ചില് തന്നെ. ആ വിറവലു കണ്ടാൽ സഹിക്കാനൊട്ട് പറ്റുകേല്യ എന്റെ ഭഗവതീ...'' നിറഞ്ഞ കണ്ണുകൾ തുടച്ച് അവർ പറഞ്ഞു. മേൽക്കൂരയിലെ ഈർക്കിലി തെളിഞ്ഞ ഓലക്കീറിലൂടെ എപ്പോഴോ പെയ്തുതീർന്ന മഴയുടെ അവസാന തുള്ളിയും താഴേക്ക് ഇറ്റു വീണു.

''ജിൽ... ജിൽ... ജിൽ...'' കൊലുസ്സിന്റെ കിലുക്കം പുരയുടെ ഉള്ളിലാകമാനം മുഴങ്ങി.

അകലെ വഴിയരികിലെവിടെയോ റോഡുപണിക്കായി പാറ ക്ഷണങ്ങൾ പൊട്ടിക്കുന്ന ശബ്ദം കേൾക്കാമായിരുന്നു. ചുറ്റിക ചെറിയ കല്ലുകളോട് കാണിക്കുന്ന മൃദുത്വം ആ ശബ്ദങ്ങളെ കൂടു തൽ താളനിമഗ്നമാക്കി.

''അവിടെ പെൺകുട്ടികൾക്ക് താമസിക്കാൻ വേറെ വീടുണ്ട്. എട്ടാംതരം കഴിഞ്ഞതിനാൽ കുട്ടിക്ക് ജോലി എളുപ്പമാകും.'' ജാള്യത പുറത്ത് കാട്ടാതെ അയാൾ പറഞ്ഞു.

വീടിനുള്ളിൽനിന്നും കേട്ട കൊലുസ്സിന്റെ കിലുക്കം അകത്തെ വിടയോ ക്ലാവുപിടിച്ച ചെമ്പുപാത്രത്തിൽ തട്ടി മുറിക്കകമാകെ ചിതറി പുറത്തേക്ക് തെറിച്ചു. അയാൾ വീടിനുള്ളിലെ ഇരുട്ടിലേക്ക് നോക്കി. നിന്നിടത്തുനിന്നു നോക്കിയാൽ അയാൾക്ക് ഒന്നും കാണാൻ കഴി യുമായിരുന്നില്ല.

ആ സ്ത്രീ എന്തുകൊണ്ടോ ഇടയ്ക്ക് വഴിയിലേക്ക് അക്ഷമയോടെ നോക്കി. അവർ ആരെയോ കാത്തിരിക്കുന്നപോലെ തോന്നി. ചെറിയ ഇടവേളകളിൽ അവർ ശ്വാസം ആഞ്ഞുവലിക്കുന്നുണ്ടായിരുന്നു.

''കുടിക്കാൻ വെള്ളം?'' ചുണ്ടുകൾ നനച്ചുകൊണ്ട് അയാൾ അവരെ നോക്കി.

വെള്ളം കുടിക്കാനെന്ന വ്യാജേന അയാൾ ചാണകം മെഴുകിയ ആ കുടിലിന്റെ അടുത്തേക്ക് നീങ്ങിനിന്ന് പതിയെ ഉള്ളിലേക്ക് എത്തിനോക്കി. ആ മുറിക്കുള്ളിൽ നിറഞ്ഞ ഇരുളിന് ഒരു ദൈന്യ ഭാവമുണ്ടായിരുന്നു. കൊലുസ്സിൽ നിന്നുതിരുന്ന സംഗീതം ആ കൂര യ്ക്കുള്ളിൽ വിങ്ങിപ്പൊട്ടുന്നപോലെ. അവിടെ ഒരു നിഴലാട്ടം പോലെ അയാൾ കണ്ടു... നഗ്നമായ ആ കാലടികൾ. വിളറി വെളുത്ത മെലിഞ്ഞ കണങ്കാലിൽ ചുറ്റിക്കിടന്ന ഒരു കൊലുസ്... ഇടവിട്ട മുത്തുകൾ പൊഴിഞ്ഞുപോയ നിറം മങ്ങിയ ഒരു കൊലുസ്...

ആ കാലുകൾ വിറയ്ക്കുന്നതെന്തേ? എന്താവും ആ കൊലു സ്സുകൾ പറയുന്നത്? അയാളുടെ ഉള്ളിൽ അസുഖകരമായ ഒരു തണുപ്പ് പടർന്നു. നേരത്തെ തുപ്പിക്കളഞ്ഞ ബസ് ടിക്കറ്റിന്റെ അംശം പല്ലുകൾക്കിടയിലെവിടയോ ഇപ്പോഴുമുള്ളതുപോലെ അയാൾക്ക് തോന്നി. നാക്കിൻതുമ്പ് ചുഴറ്റി അയാൾ വായ്ക്കുള്ളിൽ അത് പരതി.

ഇറയത്തിരുന്ന മൺകൂജയിൽനിന്നും മൊന്തയിൽ വെള്ളമെടുത്ത് ആ സ്ത്രീ അയാൾക്ക് നേരെ നീട്ടി.

വെള്ളം കുടിച്ചെന്നു വരുത്തി മൊന്ത തിരിച്ചുകൊടുത്ത് അയാൾ യാന്ത്രികമായി പറഞ്ഞു. ''ഹാ... നല്ല തണുപ്പുള്ള വെള്ളം. ഇപ്പോ നല്ലവെള്ളം കിട്ടാനാ പാട്.''

''ഈ കൊച്ചെവിടെ പോയിക്കിടക്കുവാ?'' അവർ പുറത്തേക്ക് നോക്കി. ''ഇളയവളാ. അത് പുറത്തിറങ്ങിയാ നെഞ്ചില് തീയാ.'' അയാളെ നോക്കി അത് പറഞ്ഞിട്ട് നെഞ്ചാംകൂട് ഇളക്കി അവരൊന്നു ചുമച്ചു.

''കുറച്ചു രൂപാ തരാൻ എൽപ്പിച്ചിരുന്നു. കടമായിട്ട് കൂട്ടിയാ മതി. ശമ്പളത്തിൽനിന്നും പിടിച്ചോളാം.''

രൂപയുടെ പൊതി പോക്കറ്റിൽ നിന്നെടുത്ത് അയാൾ സ്ത്രീ യുടെ കൈയിൽ തിരുകാൻ ശ്രമിച്ചു. തീരെ പ്രതീക്ഷിക്കാത്ത ഈ പ്രവൃത്തിയിൽ ആ സ്ത്രീയൊന്നു പകച്ചു. അവർ പെട്ടെന്ന് തീയിൽ തൊട്ടപോലെ കൈ വലിച്ചു.

''ഇവിടെനിന്നാൽ കുട്ടിക്ക് കൂടുതൽ അപകടമല്ലേ? രക്ഷപ്പെടാൻ ഈശ്വരൻ ഒരുക്കിയ വഴിയാണെന്ന് കരുതിയാൽ മതി. ഒരു കാർ ന്നോരുടെ സ്ഥാനത്തു നിന്നു പറയുകാ.'' അയാൾ അവരെ സ്നേഹ പൂർവ്വം നിർബന്ധിച്ചു. അവരെന്തോ ആലോചിച്ചു നിന്നു. ആ നിർ ബന്ധത്തിൽ അവർ പതറിയിരുന്നു.

അകത്തു പാദസരം വീണ്ടും കിലുങ്ങി.

വൈമനസ്യത്തോടെ സ്ത്രീ അതു വാങ്ങി. വിറയ്ക്കുന്ന ആ കൈത്തലങ്ങൾ വിയർത്തിരുന്നോ? കൊടുംവേനലിൽ പൊടുന്നനവെ വീണ മഴത്തുള്ളിയുടെ തുടിപ്പിൽ സ്പന്ദിക്കുന്ന വാടിയ ഇലയെന്ന പോലെ ഒരു ഉണർവ്വ് അവരുടെ മുഖത്തു തെളിഞ്ഞു.

എന്തോ ചിന്തിച്ചുനിന്ന ആ സ്ത്രീയുടെ മുഖം പെട്ടെന്നുതന്നെ പഴയപടിയായി. ദുഃഖത്തോടെ അവർ പതിഞ്ഞ സ്വരത്തിൽ പറഞ്ഞു, ''അല്ലെ വേണ്ട. അവൾക്കാവില്ല. വെട്ടത്തിൽപോലും വരാതെ എപ്പോഴും കടലാസ്സിൽ സ്വന്തം പടം വരച്ചോണ്ടിരിക്ക്യാ. നിലം തൊടാതെ നിക്കുന്ന മെനകെട്ട പടങ്ങൾ. കണ്ണുകളില്ലാത്തവയും വായില്ലാത്തതുമൊക്കെ... മെലിഞ്ഞ കൈകാലുകളുമായി...''

എല്ലാം ശരിയാകുന്നതുവരെ കാക്കാൻ പറഞ്ഞിട്ട് അവരാ രൂപാ അയാൾക്ക് തിരികെ കൊടുത്തു.

ചുഴിഞ്ഞെടുത്ത കണ്ണുകളും ശോഷിച്ച കൈകളുമായി തറയിൽ തൊടാത്ത തന്റെതന്നെ വികൃതരൂപങ്ങളെ എന്തിനാവും ഈ പെൺ കുട്ടി വരച്ചുകൂട്ടുന്നത്? അയാൾ വീടിനുള്ളിലെ ദൈന്യതയിലേക്ക് വീണ്ടും നോക്കി. അകത്ത് കൊലുസ്സിന്റെ കിലുക്കം നിലച്ചിരുന്നു. കൂരയ്ക്കുള്ളിൽ പടർന്ന നിശ്ശബ്ദത ക്രമേണ പുറത്തേക്ക് വ്യാപിച്ചു. ഉള്ളിൽ അടക്കിപ്പിടിച്ച തേങ്ങലും ഗദ്ഗദവും കേൾക്കാമായിരുന്നു.

''എല്ലാം ഈശ്വരൻ കാണുന്നുണ്ട്. എല്ലാത്തിനും അറുതി വരും. നല്ലകാലം വരാതിരിക്കുവോ?'' പേരിനിത് പറഞ്ഞെങ്കിലും അയാൾക്ക് വല്ലാത്ത അസ്വസ്ഥത തോന്നി.

അപ്പോൾ ഏഴെട്ടു വയസ്സു പ്രായം തോന്നിക്കുന്ന ഒരു മെല്ലിച്ച പെൺകുട്ടി കൈയിലൊരു പൊതി മാറോട് ചേർത്തുപിടിച്ചുകൊണ്ട് ഓടിക്കിതച്ചു വന്നു. കുട്ടി മുറ്റത്ത് കണ്ട അപരിചിതനെ പരിഭ്രമ ത്തോടെ നോക്കി.

''എവിടെ നിരങ്ങാൻ പോയെടീ?'' കുട്ടിയെ നോക്കി അവർ അമർഷത്തോടെ ചോദിച്ചു.

''ചേച്ചി പറഞ്ഞിട്ട്... നാരങ്ങാ മുട്ടായി വാങ്ങാൻ...'' കുട്ടി പൊതി പാതി തുറന്ന് പല നിറത്തിലുള്ള മിഠായികൾ കാട്ടി.

താൻ വാങ്ങിവരുന്ന നാരങ്ങാ മുട്ടായിക്കുവേണ്ടി ജനാലയ്ക്കരികിൽ വഴിയിലേക്ക് മിഴിനട്ടിരിക്കുന്ന പേരക്കുട്ടിയുടെ മുഖം അയാളുടെ മുന്നിൽ തെളിഞ്ഞു. ഓരോ മിഠായിക്കും അവൾ തന്ന ഉമ്മകളുടെ ചൂട് കവിളുകളിൽ അയാൾക്ക് അനുഭവപ്പെട്ടു. കൈകൾകൊണ്ട് തന്റെ കവിളുകൾ അയാൾ തലോടി. മനസ്സിലേക്ക് ഇരമ്പിയെത്തിയ ചിന്തകൾ അയാളെ തളർത്തി. അവിടെ പരന്ന നിശ്ശബ്ദത അയാ ളുടെ ഉറഞ്ഞ ശരീരത്തിലൂടെ സഞ്ചരിച്ച് മനസ്സിനെ ഉലയ്ക്കുന്ന തണുത്ത കാറ്റായി മാറി.

കുട്ടി നീട്ടിയ മിഠായിപ്പൊതിയിലേക്ക് നോക്കിയപ്പോൾ എന്നോ കടിച്ചിറക്കിയ നാരങ്ങാക്കുരുവിന്റെ കയ്പ് അയാളുടെ ഉമിനീരിലേക്ക് പടർന്നു.

''പോട്ടെ. പിന്നെയെത്താം.'' അയാളുടെ ശബ്ദം ഇടറി. എങ്ങനെയും അവിടുന്ന് പോയാൽ മതിയെന്ന് അയാൾക്ക് തോന്നി. പല്ലിനിടയിൽ കുരുങ്ങിയ ടിക്കറ്റിന്റെ അംശം അയാളെ കൂടുതൽ അസ്വസ്ഥമാക്കി.

ചെരുപ്പിനുള്ളിൽ കയറിയ മണ്ണ് കുടഞ്ഞ് പുറത്തേക്കിറങ്ങുന്നതിനു മുൻപ് അയാൾ കുടിലിനോട് ചേർന്നുനിന്ന ആ പേരമരത്തിലേക്ക് നോക്കി. അടുത്തുള്ള ശിഖരത്തിലെ ഇളകിയ നീറിൻകൂട്ടിൽ നിന്നും നീറുകൾ ആ പെൺകുട്ടിയുടെ പേര് കൊത്തിയ ഭാഗത്തേക്ക് നീങ്ങുന്നുണ്ടായിരുന്നു. ആ നീറിൻകൂട്ടത്തെ ആരെങ്കിലും തട്ടിയകറ്റിയെങ്കിലെന്ന് അയാൾ ആഗ്രഹിച്ചു. അങ്ങകലെനിന്നും കേട്ട കടലിരമ്പത്തിന് കാതോർത്തു അവിടെനിന്ന് ഇറങ്ങി നടക്കുമ്പോൾ തന്റെയുള്ളിൽ ഒരാരവം ഉയരുന്നത് അയാളറിഞ്ഞു. പേമാരിയും കൊടുങ്കാറ്റും തിമർത്താടുന്ന സമുദ്രത്തിൽ നീന്താനറിയാതെ ആ മനസ്സ് മുങ്ങിത്താണു.

നേരത്തെ വാലാട്ടി സ്വാഗതം ചെയ്ത തെരുവ് നായ വഴികാട്ടിയെപ്പോലെ അയാളുടെ മുമ്പേ നടന്നു. അയാൾ തുണ്ടുകളാക്കി പറത്തിയ ആ ഊമപ്പെൺകുട്ടിയുടെ മേൽവിലാസവും പത്രവാർത്തയും ഒഴുക്കുനിലച്ച ഓടയിലെ മാലിന്യങ്ങളോടൊപ്പം കെട്ടിക്കിടന്നു. തന്റെ ഓരോ കാൽവെൽപ്പിലും കൊലുസ്സിന്റെ ചിലമ്പൊലി ശബ്ദം മുഴങ്ങുന്നുവോ? അലോസരപ്പെടുത്തുന്ന ആ ശബ്ദം കേൾക്കാതിരിക്കാനായി അയാൾ നടപ്പിന്റെ വേഗത കൂട്ടി. വഴിമുറിച്ചു കടക്കാനൊരുങ്ങിയ പൂച്ച അയാളുടെ പാദങ്ങളിൽ നിന്നുയർന്ന കിലുക്കം കേട്ടിട്ടെന്നപോലെ അതിനു തുനിയാതെ ആ കാൽപാദങ്ങളിലേക്ക് നോക്കി നിന്നു.

വിങ്ങിപ്പൊട്ടി ഏത് നിമിഷവും താഴോട്ടു പതിക്കാനൊരുങ്ങി കാർമേഘങ്ങൾ തന്നെ പിന്തുടരുന്നത് അയാൾ അറിഞ്ഞിരുന്നില്ല. മനസ്സിലെ ഈറൻ മണക്കുന്ന ഇടനാഴികളിലേക്ക് ഭീതിയുടെ കടവാവലുകൾ ചിറകടിച്ച് പാഞ്ഞടുക്കുന്നത് അയാൾ അറിഞ്ഞു. തന്നെ കടന്നുപോകുന്ന കണ്ണുകൾ ചൂഴ്ന്നെടുക്കപ്പെട്ട വാമൂടിയ കുറെ മെലിഞ്ഞ വികൃതരൂപങ്ങളെ കാണാതിരിക്കാൻ അയാൾ കണ്ണുകൾ മുറുക്കിയടച്ചു.

■

# തിമിരക്കണ്ണിലെ ദൂരക്കാഴ്ചകൾ

ന്യൂയോർക്ക് ടൈംസിന്റെ പേജുകൾ വെറുതെ രണ്ടുമൂന്നാവർത്തി മറിച്ചു നോക്കിക്കഴിഞ്ഞപ്പോൾ ഒരു കാപ്പി കുടിക്കണമെന്ന് അയാൾക്ക് തോന്നി. തലേന്നാൾ കാപ്പിപ്പൊടി അടുക്കളയിലൊക്കെ തപ്പിയിട്ടും കാണാതിരുന്നത് പെട്ടെന്ന് അയാൾ ഓർത്തു. ഒരുപക്ഷേ തീർന്നു പോയതാവും.

ഫോൺ ശബ്ദിച്ചു. ജോലിസ്ഥലത്തു നിന്നും ജാനെറ്റാണ്. ഈ വർഷത്തെ ഓഡിറ്റിന് മുൻപ് കുറച്ചു പണികൾ തീർക്കാനുണ്ട്. ഫാമിലി എമർജൻസിയായതിനാൽ വരുന്ന ആഴ്ചയും അവധിയാണെന്നു പറഞ്ഞ് അയാൾ ഫോൺ വെച്ചു. വിരമിക്കാൻ ഇനി രണ്ടു മാസം കൂടി മാത്രം. അതിനുശേഷം തന്റെ ചുമതലകൾ ഏറ്റെടുക്കേണ്ടതിന്റെ ഉൽക്കണ്ഠ ജാനറ്റിന്റെ സംസാരത്തിൽ നിഴലിച്ചിരുന്നു.

മുറിയിൽ ചട്ടിയിൽ നിന്നിരുന്ന ചെടികൾ വാടിത്തുടങ്ങിയതു അയാൾ ശ്രദ്ധിച്ചു. വെള്ളം ഒഴിക്കാറായോ എന്തോ?

രണ്ടു പഴം മാത്രമാണ് അയാൾ ആ ദിവസം കഴിച്ചത്, നല്ല ക്ഷീണമുണ്ടായിരുന്നു. എന്തെങ്കിലും ഭക്ഷണം വാങ്ങാനായി അയാൾ പുറത്തേക്കിറങ്ങി. ശിശിരകാലമായതിനാൽ മരങ്ങളിൽനിന്നും ഇലകൾ പൊഴിഞ്ഞു തുടങ്ങിയിരുന്നു. വഴിയരികിൽ ഒട്ടിക്കിടന്ന ചില ഇലകൾ കാറ്റിനൊപ്പം പറന്നു പോകുന്നത് നോക്കി അയാൾ അൽപ്പനേരം നിന്നു. കാറിൽക്കയറി ഡ്രൈവ് ചെയ്യാൻ തുടങ്ങിയപ്പോഴാണ് കണ്ണട എടുത്തില്ലെന്ന കാര്യം അയാൾ ഓർത്തത്. ദൂരക്കാഴ്ചകൾ വ്യക്തമായിരുന്നില്ല.

അടുത്തുള്ള കടയിൽനിന്നും ഫ്രൂട്സും ബ്രെഡും വാങ്ങി മടങ്ങവേ ട്രാഫിക് ലൈറ്റിൽ നിറുത്തിയിട്ടിരുന്ന അയാളുടെ കാറിനടുത്തേക്ക് താടിക്കാരനായ ഒരു ആഫ്രിക്കൻ അമേരിക്കക്കാരൻ റോസാപ്പൂക്കളുമായി ഓടി വന്നു.

''സർ റോസസ്... ജെസ്റ്റ് റ്റെൻ ഡോളേഴ്സ് ഫോർ എ ഡസൻ.''

കുറച്ചുകാലം മുമ്പ് ഫ്ളവർവെയ്സിലെ പ്ലാസ്റ്റിക് പൂക്കളിലെ പൊടി തുടയ്ക്കവേ എപ്പോഴെങ്കിലും യഥാർത്ഥ പൂക്കൾ വാങ്ങി വെച്ചുകൂടെയെന്ന് ഭാര്യ ചോദിച്ചത് അയാൾ ഓർത്തു. ഒരു ഡസൻ ചുമന്ന റോസാപ്പൂക്കൾ അയാൾ വാങ്ങി. വളരെ വർഷങ്ങൾക്കു മുമ്പ് മകൻ സ്കൂളിൽ പഠിക്കുമ്പോഴാണ് അവസാനമായി പൂക്കൾ വാങ്ങിയത്. അതും അവന്റെ സ്കൂളിലെ എതോ ആവശ്യത്തിന്. അയാൾ വെറുതെ പൂക്കളെണ്ണി നോക്കി. പന്ത്രണ്ടെണ്ണവുമുണ്ട്. അതിൽ രണ്ടെണ്ണം വിരിയുന്നതേയുള്ളൂ. ഇത് തന്റെ ഭാര്യയ്ക്ക് കൊടുക്കുന്ന രംഗം അയാൾ വെറുതെ സങ്കൽപ്പിച്ചു. എന്താവും അവളുടെ മുഖഭാവം? ‘ഇതെന്തിനാ ഇപ്പോ’ എന്നു പറഞ്ഞ് തന്റെ കണ്ണുകളിലേക്ക് നോക്കുമായിരിക്കും. അതോ ഒന്നും മിണ്ടാതെ പുഞ്ചിരി ചുണ്ടിൽ ഒളിപ്പിച്ചു കിടപ്പുമുറിയിലെ ഫ്ളവർവേസിൽ ഇത് ഒരുക്കിവെക്കുമോ? ഒരുപക്ഷേ സന്തോഷത്താൽ തന്നെ കെട്ടിപ്പിടിച്ചെന്നുമിരിക്കാം.

തിരിച്ചെത്തിയപ്പോൾ വീടിനു മുമ്പിലായി NYPD എന്ന് ആലേഖനം ചെയ്ത പൊലീസ് കാർ പാർക്കുചെയ്തു കിടന്നിരുന്നു. ന്യൂയോർക്ക് പൊലീസാണ്. ഇനിയെന്തെങ്കിലും വിവരം?

ഭാര്യയെ കാണാതായിട്ട് ഇന്ന് മൂന്നാം ദിവസമാണ്. രണ്ടു ദിവസം മുമ്പ് അയാൾ ജോലി കഴിഞ്ഞെത്തിയപ്പോൾ ‘ചായയെടുക്കട്ടെ’ എന്ന പതിവ് ചോദ്യം കേട്ടില്ല. ഭാര്യയെ അവിടെയൊക്കെ അയാൾ തിരഞ്ഞതാണ്. പിന്നീട് അലമാരയിൽ എന്തോ തിരഞ്ഞപ്പോഴാണ് അവളുടെ കുറച്ചു വസ്ത്രങ്ങളും ആഭരണങ്ങളും അവിടെ ഇല്ലെന്ന് മനസ്സിലാക്കാനായത്. അവൾ സൂക്ഷിച്ചിരുന്ന ആൽബവും എടുത്തിരുന്നു. തന്റെ ചില ചിത്രങ്ങൾ അവിടെ ഉപേക്ഷിച്ചിരുന്നു.

ഒരു ദിവസം കാത്തിട്ടാണ് പൊലീസിൽ അറിയിച്ചത്. ഭാര്യ തിരിച്ചെത്തുമെന്നുമെന്നു തന്നെയാണ് അയാൾ കരുതിയത്. അവൾ എവിടെ പോകാനാണ്? എത്ര ആലോചിച്ചിട്ടും അയാൾക്ക് ഒരു രൂപവും കിട്ടിയില്ല. കൂടെ ജീവിച്ച മുപ്പത്തിനാല് വർഷത്തിലൊരിക്കലും സംഭവിക്കാത്ത കാര്യമാണത്. കുറെ നാളുകളായി അവൾ നിശ്ശബ്ദമാവുന്നത് ശ്രദ്ധിച്ചിരുന്നു. പക്ഷേ... ഇനി എന്തെങ്കിലും എഴുതിവെച്ചിട്ടുണ്ടോ? അയാൾ വീട് മുഴുവൻ പരിശോധിച്ചിരുന്നു. അവിടെയെങ്ങും ഭാര്യയുടെതായി ഒരു കുറിപ്പും കണ്ടത്താനായില്ല. അന്ന് രാവിലെ താൻ ജോലിക്കിറങ്ങിയപ്പോൾ എന്തായിരുന്നു അവളുടെ മുഖഭാവം? അസാധാരണമായി എന്തെങ്കിലും കണ്ടതായി അയാൾക്ക് ഓർമ്മിച്ചെടുക്കാനായില്ല.

കാറിൽനിന്നും പുറത്തിറങ്ങിയ നീല യൂണിഫോമിട്ട ഉയരം കൂടിയ പൊലീസുകാരൻ അയാളുടെ സമീപത്തേക്ക് ചെന്നു. പൊലീസ് കാറിന്റെ മുകളിൽ വട്ടംകറങ്ങി വെളിച്ചം പരത്തിയ ചുവന്ന

ലൈറ്റുകൾ അണഞ്ഞു. കാറിനകത്തുനിന്നും രണ്ടാമത്തെ പൊലീസു കാരനും ഇറങ്ങി.

''മിസ്റ്റർ മാത്യൂസ്?'' വെള്ളക്കാരനായ പൊലീസുകാരൻ അയാളെ നോക്കി ചോദിച്ചു. അതെയെന്ന ഭാവത്തിൽ അയാൾ തലകുലുക്കി.

''പൂക്കൾ ഫ്രഷ് ആണല്ലോ.'' വീട്ടിലേക്കു നടന്ന അയാളുടെ കൈയിലിരുന്ന പൂക്കളെ നോക്കി പൊലീസുകാരൻ പറഞ്ഞു. ഭാര്യ യുടെ തിരോധാനത്തിൽ റോസാപ്പൂക്കളും വാങ്ങിവരുന്ന ഭർത്താ വിനെപ്പറ്റി എന്താവും അവർ വിചാരിച്ചിരിക്കുക?

രണ്ടു പൊലീസുകാരെയും അയാൾ വീടിനുള്ളിലേക്ക് ക്ഷണിച്ചു. പരാതി കിട്ടിയ ഉടൻ കാണാതായവരുടെ പട്ടികയിൽ ഭാര്യയുടെ പേര് ചേർത്തിട്ടുണ്ടെന്നും എന്തെങ്കിലും വിവരം ലഭിച്ചാൽ അറി യിക്കാമെന്നും അവരിലൊരാൾ പറഞ്ഞു.

''ചില കാര്യങ്ങൾ ചോദിച്ചറിയാനുണ്ട്.'' ഉയരം കൂടിയ പൊലീ സുകാരൻ പോക്കറ്റിൽനിന്നും ചെറിയ നോട്ട്പാഡ് എടുത്ത് എഴു താൻ തയ്യാറായി. മറ്റെയാൾ അയാളെ സാകൂതം വീക്ഷിച്ചുകൊണ്ടി രുന്നു. ഫോണിൽ അയാൾ പ്രാഥമിക വിവരങ്ങൾ നേരത്തെ പറ ഞ്ഞിരുന്നതാണ്.

''നിങ്ങൾക്ക് ഭാര്യയുമായുള്ള ബന്ധം. ഉദ്ദേശിച്ചത് എന്തെങ്കിലും പ്രശ്നങ്ങൾ?''

അയാൾ ഒരു നിമിഷം മിണ്ടാതിരുന്നു. ഒരു വാക്കിൽ ഉത്തരം ഒതുക്കി. ''നല്ല ബന്ധം.''

''നിങ്ങൾ ഒരു യാത്രയ്ക്ക് തയ്യാറെടുത്തിരുന്നല്ലേ?''

''അതേ. എന്റെ റിട്ടയർമെന്റിന്റെ അടുത്ത ആഴ്ച ഭാര്യയുമായി അലാസ്കയിലേക്ക് ഒരു കപ്പൽയാത്ര. അത് കഴിഞ്ഞ് മറ്റ് പല യാത്ര കളും.''

അടുത്ത ബന്ധുക്കളെപ്പറ്റിയും അവർ തിരക്കി.

മകനെപ്പറ്റി അയാൾ സൂചിപ്പിച്ചു. ഒരു ദിവസത്തിന് ശേഷമാണ് അയാൾ കാലിഫോർണിയയിൽ താമസിക്കുന്ന മകനോടും തന്റെ അടുത്ത സുഹൃത്തുക്കളോടും ഇതിനെക്കുറിച്ച് പറഞ്ഞത്. മകനാ വട്ടെ ഉടനെ പൊലീസിനെ അറിയിക്കാതിരുന്നതെന്തെന്ന് പറഞ്ഞ് ദേഷ്യപ്പെട്ടു. അമേരിക്കയിൽ ഇത്രയുംകാലം താമസിച്ചിട്ടും തനി ക്കെന്തേ അത് തോന്നാതിരുന്നതെന്ന് അടുത്ത സുഹൃത്തുക്കളും അത്ഭുതം കൂറി. ഭാര്യ തിരിച്ചെത്തുമെന്ന് തന്നെയാണ് അയാൾ കരുതിയത്. അവൾക്ക് ഒരു അപകടം പറ്റുമെന്നുള്ള ചിന്ത അയാൾ ക്കില്ലായിരുന്നു. എങ്ങനെയാണ് ഇത് പരിചയക്കാരെ അറിയിക്കുക? എന്താവും അവർ ധരിക്കുക?

ഉടൻതന്നെ ഇവിടേക്ക് പുറപ്പെടുവാൻ അവൻ ഒരുങ്ങിയെങ്കിലും രണ്ടു ദിവസംകൂടി കാത്തിട്ട് ഇവിടേക്ക് പുറപ്പെട്ടാൽ മതിയെന്ന് അയാളാണ് പറഞ്ഞത്. ഇനി ഒരുപക്ഷേ അവൾ മകനെക്കാണാൻ അവിടെയെത്തിയാലോ?

വരണ്ട കള്ളിമുൾച്ചെടികൾ അയാളുടെ തൊണ്ടയിൽ വെള്ള ത്തിനായി പരതി. എന്തെങ്കിലും കുടിക്കുവാൻ കിട്ടിയിരുന്നെങ്കിൽ. നാക്കുകൊണ്ടു ചൊടികൾ നനച്ച് ഭിത്തിയിൽ തൂക്കിയിരുന്ന നിറം മങ്ങിയ വിവാഹഫോട്ടോയിലേക്ക് അയാൾ നോക്കി. കൈകാലുകൾ തളരുന്നതായി അയാൾക്ക് തോന്നി. ആ പൊലീസുകാർ ചേർന്നിരു ന്നൊന്ന് കെട്ടിപ്പിടിച്ചെങ്കിലെന്ന് അയാൾ ആഗ്രഹിച്ചു.

''പതിനാറ് കൊല്ലങ്ങൾക്ക് മുൻപ്... ടെക്സാസിൽ വെച്ച് ഒരു പൊലീസ് കേസ് മിസ്സിസ് മാത്യുവിന്റെ പേരിൽ ഉണ്ടായിരുന്നല്ലോ. താങ്കളുടെ ഭാര്യാസഹോദരന്റെ ആത്മഹത്യാശ്രമവുമായി ബന്ധ പ്പെട്ട്... പൊലീസ് രേഖകളിൽ കണ്ടതാണ്. എന്തായിരുന്നു അതിനു കാരണം?'' അയാളെ ചിന്തകളിൽ നിന്നുയർത്തി പൊലീസുകാരൻ ചോദിച്ചു.

ശരിയാണ്. പെട്ടെന്ന് പഴയ സംഭവങ്ങൾ ചുരങ്ങൾ കടന്നെത്തിയ കാറ്റ് പോലെ അയാളുടെ മനസ്സിലേക്ക് ഇരമ്പിയെത്തി. ഈ സ്ഥല ത്തേക്ക് താമസം മാറുന്നതിനു മുമ്പായിരുന്നു അത്. അതിനെന്താണ് ഇവിടെ പ്രസക്തി? എവിടെ തുടങ്ങണം?

''ഓ... അത്... അത് അവരുടെ ചില കുടുംബപ്രശ്നങ്ങൾ.''

''പിന്നെ അതുപോലെ എന്തെങ്കിലും?'' പൊലീസുകാരൻ തുടർന്നു.

ചിന്തകളുടെ ഇടനാഴികളിൽ മൗനങ്ങൾ കനത്തു.

''ഇല്ല. പിന്നെ നാല് മാസങ്ങൾക്ക് മുമ്പ്... ഒരു ദിവസം ബാത്ത് റൂമിൽ ഭാര്യ ബോധരഹിതയായി കിടന്നിരുന്നു. ഉറക്ക ഗുളികകൾ അമിതമായി കഴിച്ചത് മൂലമായിരുന്നു അത്.''

ഇക്കാര്യം പറയേണ്ടിയിരുന്നില്ലെന്നു പറഞ്ഞശേഷം അയാൾക്ക് തോന്നി.

അത് ആരോടെങ്കിലും പറഞ്ഞിരുന്നോ എന്ന ചോദ്യത്തിന് അയാൾക്ക് വ്യക്തമായ ഒരു ഉത്തരമുണ്ടായിരുന്നില്ല. ഹോസ്പിറ്റൽ എമർജൻസി റൂമിൽ കൊണ്ടുപോയതാണ്. ഏകമകനോടും താൻ ഇക്കാര്യം അറിയിച്ചിരുന്നില്ലല്ലോ.

അവർ ആവശ്യപ്പെട്ടതനുസരിച്ചു ഭാര്യയുടെ ചില ഫോട്ടോകളും മകന്റെ മേൽവിലാസവും ഫോൺ നമ്പരും അയാൾ പൊലീസു കാരെ ഏൽപ്പിച്ചു. എന്തെങ്കിലും സൂചനകൾ കിട്ടിയാൽ പൊലീസിൽ

അറിയിക്കണമെന്ന് പറഞ്ഞു. പോകുന്നതിനു മുൻപ് അവർ ചുമരിൽ തൂക്കിയിരുന്ന പഴയ കല്യാണഫോട്ടോയിലേക്ക് നോക്കിയത് അയാൾ ശ്രദ്ധിച്ചു.

അവൾ അടുക്കളയിലുള്ളതായി അയാൾക്ക് തോന്നി. ഒരുപക്ഷേ കറിമസാലകളുടെ ഗന്ധം അവളുടെ സാമീപ്യത്തെ ഓർമ്മപ്പെടുത്തുന്നതാവാം. അവൾ എവിടെയാവും പോയിരിക്കുക? ഫ്രിഡ്ജിൽ നിന്നും തണുത്ത വെള്ളമെടുത്തു കുടിച്ചപ്പോൾ അയാൾക്ക് ആശ്വാസം തോന്നി. റോസാപ്പൂക്കൾ ഫ്ളവെയ്സിൽ ഒരുക്കി അതിൽ വെള്ളം തളിച്ചു. കടയിൽനിന്നും വാങ്ങിയ ആപ്പിൾ മുറിച്ചു കഴിച്ചപ്പോഴാണ് ജ്യൂസ് വാങ്ങാൻ മറന്ന കാര്യം ഓർത്തത്. ഭാര്യയുടെ ഇഷ്ട പഴവർഗ്ഗമായ ചെറി രണ്ടു കൂട് വാങ്ങിയിരുന്നു. അയാൾ സോഫയിൽ കണ്ണുകളടച്ച് കിടന്നു.

ഫോൺ ശബ്ദിച്ചു. ചിലപ്പോൾ മകനാവും. അതെടുക്കാതെ അയാൾ കണ്ണുകളടച്ച് കുറച്ചുനേരം കിടന്നു. ദിവസവും പല തവണ അവൻ വിളിച്ചു തിരക്കുന്നുണ്ടായിരുന്നു. പുതിയ ഒരു വിശേഷവും അയാൾക്ക് പറയാനില്ലായിരുന്നു. അയാളുടെ തൊണ്ട ഇടറുകയും കണ്ണുകൾ നനയുകയും ചെയ്തു. രണ്ടു ദിവസമായി കാര്യമായി ഒന്നും കഴിക്കാത്തതുകൊണ്ടാവാം വല്ലാത്ത ക്ഷീണവുമുണ്ടായിരുന്നു.

തലേന്ന് കുടുംബസുഹൃത്തായ സാമുവൽ വീട്ടിൽ വന്ന് അയാളെ ആശ്വസിപ്പിച്ചിരുന്നു. തന്റെ വീട്ടിൽനിന്നും ഭക്ഷണം കൊണ്ടുവരാമെന്ന് പറഞ്ഞെങ്കിലും അയാൾ അത് വിലക്കി.

വീടിന്റെ പുറകുവശത്തെ ഡെക്കിലോട്ട് ഇറങ്ങുന്ന വാതിലിൽ എന്തോ മാന്തുന്നതുപോലുള്ള ശബ്ദം കേട്ടാണ് അയാൾ മയക്കമുണർന്നത്. അവിടെ തവിട്ടുനിറത്തിൽ ഒരു പൂച്ചക്കുട്ടി ദയനീയമായി കരഞ്ഞുകൊണ്ട് അകത്തേക്ക് നോക്കിക്കിടക്കുന്നു. കതകു തുറന്നപ്പോൾ അത് മെല്ലെ വീടിനുള്ളിലേക്ക് കയറി. അതിന്റെ പുറംകാലിൽ ഒരു ചെറിയ മുറിവുണ്ടായിരുന്നു. പൂച്ചക്കുട്ടിയെ എടുത്തപ്പോൾ അത് കൈയിൽ അള്ളിപ്പിടിച്ചിരുന്ന് അയാളുടെ കണ്ണുകളിലേക്ക് സൂക്ഷിച്ചു നോക്കി. അപ്പോഴാണ് അതിന്റെ കണ്ണുകളുടെ നിറവ്യത്യാസം അയാൾ ശ്രദ്ധിച്ചത്. കൺമിഴികളിൽ ഒന്നിന് ചാരനിറവും മറ്റേതിന് നീലനിറവും. ആദ്യമായാണ് വ്യത്യസ്ത നിറങ്ങളോടുകൂടിയ കണ്ണുകളുള്ള ഒരു ജീവിയെ അയാൾ കാണുന്നത്. കൂടെ ജോലി ചെയ്തിരുന്ന മാർഗരറ്റ് പണ്ട് അവരുടെ കുട്ടിയുടെ കണ്ണുകളുടെ നിറവ്യത്യാസത്തെക്കുറിച്ച് പറഞ്ഞത് അയാൾ ഓർത്തു. ഈ രണ്ടു കണ്ണുകളിലും ഒരുപോലെയാവുമോ കാഴ്ചകൾ പതിയുന്നത്?

അയാൾ സോഫയിൽ ഇരിക്കുമ്പോൾ പൂച്ച അയാളുടെ മുഖത്തേക്ക് നോക്കി വെറുതെ കുറുകുകയും കാലുകളിൽ ഉരസുകയും ചെയ്തു. ഏകാന്തതത സൃഷ്ടിച്ച ശൂന്യതയിൽ അതിന്റെ സാമീപ്യം അയാൾക്ക് ഒരാശ്വാസമായി. ആ വീട്ടിനുള്ളിൽ അയാളുടെ നിഴലായി അത് സഞ്ചരിച്ചു. വീട്ടിലിരുന്ന പാലും, ഹാലോവിന് അയൽപക്കത്തുള്ള കുട്ടികൾക്ക് കൊടുക്കാൻ വാങ്ങിയ മിട്ടായിയിലൊരെണ്ണവും അയാൾ അതിനു കൊടുത്തു. ചെറിയ നാവ് നൊട്ടിനുണഞ്ഞ് മ്യാവൂ എന്നു കരഞ്ഞുകൊണ്ട് അത് അയാളെ നന്ദിയോടെ നോക്കി. പൂച്ചയുടെ മുഖത്തേക്ക് നോക്കി താനിവിടെ തനിച്ചല്ലെന്നും യജമാനത്തി വരുമ്പോൾ നിന്നെ ഇഷ്ടമാകുമോ എന്നറിയില്ലെന്നും അയാൾ പറഞ്ഞു.

ഭാര്യയ്ക്ക് പൂച്ചയോട് താൽപ്പര്യമുണ്ടാവുമോ?. പണ്ട് എപ്പോഴോ ഒരു വെള്ളനിറമുള്ള പൂച്ചക്കുട്ടിയെ വാങ്ങിയാലോ എന്ന് അവൾ ചോദിച്ചിരുന്നു. ഒരു ദിവസം ടിവിയിൽ പൂച്ചകളുടെ ഏതോ പ്രോഗ്രാം കണ്ടുകൊണ്ടിരിക്കുമ്പോൾ പൂച്ചകൾ ഉടമസ്ഥരെയല്ല അത് ജീവിക്കുന്ന സ്ഥലത്തെയാണ് സ്നേഹിക്കുകയെന്ന് ഭാര്യ പറഞ്ഞത് അയാൾ ഓർത്തു.

മുറിയിൽ വല്ലാത്ത തണുപ്പ്. വളരെക്കാലം കൂടി അയാൾ ഫയർപ്ലേസ് കത്തിച്ചു. വിറകുകഷണങ്ങൾക്കിടയിലൂടെ മടിച്ചുമടിച്ചു തീയുടെ ആദ്യജ്വാലകൾ തലപൊക്കി. അത് ക്രമേണ കത്തിപ്പടർന്ന് ആ മുറിക്കുള്ളിൽനിന്നും പോകാൻ മടിച്ച തണുപ്പിനെ ആട്ടിയകറ്റി. അയാൾ അടുക്കളയിലെ കൗണ്ടറിൽ നിന്നെടുത്ത ഗ്ലാസിൽ ഐസ് ക്യൂബുകളിട്ട് അതിൽ സ്കോച്ച് ഒഴിച്ചു. ആദ്യസിപ്പിൽതന്നെ ഒരു ആശ്വാസം തോന്നി. ഭാര്യയുണ്ടായിരുന്നെങ്കിൽ തന്നോട് ഇപ്പൊ എന്തിനാ കുടിക്കുന്നതെന്ന് ചോദിച്ചേനെ?

ടിവി ഓണാക്കി കാലിന്മേൽ കാൽ കയറ്റിവെച്ച് അയാൾ വെറുതെ കണ്ണടച്ചിരുന്നു. കത്തിക്കൊണ്ടിരുന്ന ഫയർപ്ലേസിന്റെ അരികിലേക്ക് പൂച്ചക്കുട്ടി പിച്ചവെച്ചു നടന്നു. പിന്നീട് അത് ചെറിയ തന്റെ കൈ അമർത്തിക്കുത്തി മുറിഞ്ഞ കാലു താങ്ങാതെ ഒരു പ്രത്യേക താളത്തിൽ നടന്നുവന്നു.

ഗ്ലാസിലേക്ക് അയാൾ രണ്ടാമതും വിസ്കി പകർന്നു. ആദ്യമെടുത്ത ഐസ്കട്ടകൾക്കിടയിലേക്ക് കിനിഞ്ഞിറങ്ങിയ മദ്യം നിശ്വാസം പോലെ കുമിളകളുതിർത്തു.

''നിങ്ങൾ വെളിച്ചമേ കാണുന്നുള്ളൂ. മെഴുക് ഉരുകിത്തീർന്ന ശേഷവും കത്തുന്ന തിരിനാളത്തിന്റെ പിടച്ചിൽ കാണുന്നില്ല.'' പ്രാർത്ഥനാരൂപത്തിന്റെ മുന്നിലെ മെഴുകുതിരികളെ നോക്കിയിരുന്നപ്പോൾ ഒരു ദിവസം എന്തോ പറഞ്ഞു തർക്കിച്ച സമയത്ത് ഭാര്യ പറഞ്ഞത് പെട്ടെന്ന് അയാളുടെ മനസ്സിലേക്ക് ഓടിയെത്തി.

''കാലത്തിനൊപ്പം നിങ്ങളുടെ ചിന്തയും മാറേണ്ടതുണ്ട്. ബന്ധങ്ങൾ ഒരു വൺ ടൈം സീസൺ ടിക്കറ്റല്ല മാത്യൂസ്. അത് ദിവസവും എടുക്കപ്പെടേണ്ട ഒരു യാത്രാടിക്കറ്റാണ്. കാലം അതിനേകുന്ന മൂല്യം മാറിക്കൊണ്ടിരിക്കുന്നു.'' ചിന്തയുടെ ചൂളയിൽ നീറ്റിയെടുത്തതായിരുന്നു അവളുടെ വാക്കുകൾ.

ശരിയാണ്. ചോദ്യക്കടലാസിൽ കാലം പുതിയ ചോദ്യങ്ങൾ എഴുതിച്ചേർക്കുന്നു. ഉത്തരകടലാസുകളിൽ ഒന്നും കൂട്ടിച്ചേർക്കാനാവാതെ ചിലർ കാലക്രമേണ പരാജിതരുടെ പട്ടികയിൽ ഇടം പിടിക്കുന്നു.

ഇടയ്ക്കൊക്കെ ശബ്ദിച്ചുകൊണ്ടിരുന്ന ഫോൺ അയാളെ അലോസരപ്പെടുത്തി. അവസാനം എഴുന്നേറ്റുപോയി ഫോൺ എടുത്തു.

''എന്താ ഫോൺ എടുക്കാത്തത്? സെൽഫോൺ എന്നാ സ്വിച്ച് ഓഫാണോ?'' ഫോണിലൂടെ മകൻ കയർത്തു.

''സെൽഫോണിന്റെ ചാർജ് തീർന്നു.'' ഫോണെടുത്ത് നോക്കിയിട്ട് അയാൾ പറഞ്ഞു.

''ഈഫ് സംവൺ കോൾസ്?''

അയാൾ ഒന്നും മിണ്ടിയില്ല.

''മമ്മി രാവിലെ വന്നു. അത് പറയാനാ വിളിച്ചേ. കുസുമം ആന്റിയുടെ കൂടെയായിരുന്നു രണ്ടു ദിവസം. ഇനി ഇവിടെ നിന്നാൽ മതിയെന്നാ പറയുന്നേ.''

അയാൾ റിസീവർ കാതിനോട് ചേർത്തുപിടിച്ചു. ചട്ടിയിൽ വാടി നിന്ന ചെടിയുടെ ഇലയിൽ അയാൾ തഴുകി.

''കേൾക്കാമോ? അങ്ങോട്ടേക്ക് ഇനി വരില്ലെന്ന്. എന്താ കാര്യമെന്ന് പറയുന്നില്ല.''

അയാളുടെ മൗനത്തിന് കാതോർത്തിട്ട് മകൻ തുടർന്നു. ''പപ്പാ എന്താ ഒന്നും മിണ്ടാത്തെ?''

അവരുടെ ഇടയിൽ മൗനത്തിന്റെ പിരമിഡുകൾ ഉയർന്നുകൊണ്ടിരുന്നു.

''മമ്മിയോട് സംസാരിക്കണോ?''

''ങേ... ഉം... ഉം...'' വേണ്ടായെന്ന അർത്ഥത്തിൽ അയാൾ മൂളി.

ഹൃദയത്തിൽ കൂടംകൊണ്ട് ശക്തമായി അടിക്കുന്നപോലെ. മേശയിൽ ഒരുക്കിവെച്ചിരുന്ന റോസാപ്പൂക്കളിൽ ഒന്നെടുത്ത് അതിന്റെ തണ്ടിലെ മുള്ളിൽ അയാൾ കൈ അമർത്തി.

മുറിഞ്ഞ കാലുമായി പൂച്ചക്കുട്ടി മുറിയിലൂടെ നടന്ന ശേഷം

മേശയ്ക്ക് താഴെ തറയിൽ മലർന്നുകിടന്ന് കാലുകൾ മേലോട്ടാക്കി അയാളെ ദയനീയമായി നോക്കി.

കൂടുതൽ ഒന്നും പറയാതെ അയാൾ ഫോൺ വെച്ചു.

കുനിഞ്ഞ് കൈകൾ നിലത്ത് കുത്തി നാലു കാലിൽ അയാൾ പൂച്ചക്കുട്ടിയുടെ അടുത്തേക്ക് ചെന്നു. അത് കണ്ടു അത്ഭുതത്തോടെ കണ്ണുമിഴിച്ച ആ മിണ്ടാപ്രാണിയോട് ചേർന്ന് അയാൾ കിടന്നു. അതിന്റെ വ്യത്യസ്ത നിറങ്ങളുള്ള ഇരുകണ്ണുകളിലേക്കും മാറി മാറി നോക്കി. തന്നെയെങ്ങനെയാണ് ആ മിഴികളിൽ പതിയുന്നതെന്ന് അയാൾക്ക് ഊഹം ഉണ്ടായിരുന്നില്ല. അയാളുടെ കണ്ണുകളിൽ ഉരുണ്ടു കൂടി മെല്ലെ ഉതിർന്നു തറയിൽ വീണുടഞ്ഞ കണ്ണുനീർ തുള്ളിയി ലേക്ക് കൗതുകത്തോടെ നോക്കി പൂച്ചക്കുട്ടി അയാളെ മുട്ടിയിരുന്നു നിറുത്താതെ കുറുകിക്കൊണ്ടിരുന്നു.

മയക്കത്തിലേക്ക് വഴുതിവീണ അയാൾ എപ്പോഴോ എഴുന്നേറ്റു.

പൂച്ചക്കുട്ടി അടുത്തുള്ള ജനാലയുടെ പടിയിൽ കയറിയിരുന്ന് കരയുന്നുണ്ടായിരുന്നു. ഒരുപക്ഷേ അതിനു പുറത്തേക്ക് പോകണ മായിരിക്കും. മുറിയിൽ കൂടുതൽ വെളിച്ചമാണെന്ന് പറഞ്ഞു ഭാര്യ ജനാല കർട്ടൻ തുറന്നിരുന്നില്ല. അയാൾ മെല്ലെ എഴുന്നേറ്റ് ഇതു വരെ തുറക്കാത്ത ജനാലയുടെ കർട്ടൻ മാറ്റി. പ്രകാശം മുറിയാകെ നിറഞ്ഞു.

അയാൾ പിന്നെ പൂച്ചക്കുട്ടിയെയും എടുത്തുകൊണ്ട് ഡക്കിലേക്ക് ഇറങ്ങി. പുറത്തേക്ക് കുറെനേരം നോക്കിനിന്നപ്പോൾ മങ്ങിയ ദൂര ക്കാഴ്ചകൾ ക്രമേണ വ്യക്തമായി ആ മിഴികളിൽ പതിയുന്നത് അത്ഭുതത്തോടെ അയാൾ അറിഞ്ഞു. മരത്തിലെ ചില്ലയിലിരുന്ന രണ്ട് ഇണപ്പക്ഷികൾക്ക് വളരെ ഉയരത്തിൽ അങ്ങകലെ ഒരു പക്ഷി തനിയെ പറക്കുന്നുണ്ടായിരുന്നു. ആ പക്ഷിയെ അയാൾ അത്ഭുത ത്തോടെ നോക്കി. തൂവലുകൾ പൊഴിയുന്നതുകൊണ്ട് ഒരു പക്ഷിയും പറക്കാതിരിക്കുന്നില്ലെന്ന കാര്യം അയാൾ ഓർത്തു. അകലേക്ക് പറക്കുവാൻ തനിക്ക് ചിറകുകൾ മുളയ്ക്കുന്നതായും ഉയരത്തിലേക്ക് ആ പൂച്ചക്കുട്ടിയുമായി പറക്കുന്നതായും അയാൾ ഭാവനയിൽ കണ്ടു. തിളങ്ങുന്ന കണ്ണുകളുമായി ഇരുൾ വീഴാൻ കാത്തിരിക്കുന്ന നക്ഷത്ര ങ്ങളുടെ അടുത്തേക്ക് പറന്നുപോകാൻ അയാൾ ആശിച്ചു. അയാ ളുടെ മനോഗതം അറിഞ്ഞിട്ടെന്നപോലെ ആ നെഞ്ചിൽ തലചായ്ച്ച പൂച്ചക്കുട്ടിയും തലയുയർത്തി മുകളിലേക്കു നോക്കി കുറുകിക്കൊണ്ടി രുന്നു.

■

# വൈകിയെത്തിയ മഴ

**സ്വീ**കരണപ്പന്തലിലെ കവാടത്തിന് മുന്നിൽ പുഞ്ചിരിതൂകുന്ന നേതാവിന്റെ ചിത്രം കമനീയമായി അലങ്കരിച്ചിരുന്നു. സ്വീകരണ പരിപാടി വിളംബരം ചെയ്ത് നാടുചുറ്റിയ കാറുകൾ ഒന്നൊന്നായി തിരിച്ചെത്തി. മൈതാനത്തെത്തിയ ശിങ്കാരിമേളക്കാർ വാദ്യോപക രണങ്ങൾ പൊതിഞ്ഞ തുണിക്കെട്ടുകൾ അഴിച്ച് ചെണ്ടയും കുഴലു മൊക്കെ തുടച്ചു മിനുക്കി. മേളക്കാരിൽ ചിലർ ചെണ്ടയോട് ചെവി ചേർത്ത് അതിൽ കോലുകൊണ്ട് പ്രത്യേക താളത്തിൽ തട്ടി ശബ്ദ വ്യതിയാനമനുസരിച്ച് ശ്രദ്ധയോടെ ചെണ്ട മുറുക്കിക്കൊണ്ടിരുന്നു. പകിട്ടുള്ള വസ്ത്രങ്ങൾ ധരിച്ചെത്തിയ ബാന്റുമേളക്കാരിൽ ചിലരാ കട്ടെ പാട്ടിന്റെ ഈരടികൾ ക്ലാർനെറ്റിലും ട്രമ്പറ്റിലും വായിച്ചു നോക്കു ന്നുണ്ടായിരുന്നു.

നാട് ചർച്ച ചെയ്യുന്ന അഴിമതി ആരോപണങ്ങളിൽ പ്രതിച്ഛായ നഷ്ടമായ നേതാവിന് പാർട്ടിയൊരുക്കിയ സ്വീകരണ യോഗമായി രുന്നു അന്ന്. നേതാവിന്റെ രാജിക്കായി പ്രതിപക്ഷവും മാധ്യമങ്ങളും മുറവിളി കൂട്ടുന്ന അവസരത്തിലും ജനപിന്തുണ അദ്ദേഹത്തി നൊപ്പമാണെന്ന് തെളിയിക്കാനായി സാധിച്ചു. പാർട്ടി കേരളമാകെ സ്വീകരണ സമ്മേളനങ്ങൾ ഒരുക്കി. കുറെ ദിവസമായി ഗ്രൂപ്പുരാഷ്ട്രീയ ഭേദമെന്യേ ആളുകളെ യോഗത്തിലെത്തിക്കാനുള്ള ശ്രമത്തിലായി രുന്നു പ്രവർത്തകർ.

സ്റ്റേജ് അലങ്കരിച്ചുകൊണ്ടുനിന്ന അണികളിലൊരാൾ ചുറ്റും നോക്കിയിട്ട് അടക്കം പറഞ്ഞു. ‘‘ഇനി നമ്മുടെ നേതാവ് പലരും പറയുന്നപോലെ ഒരു അഴിമതിക്കാരനാണോ?’’

‘‘അസംബന്ധം പറയാതെ. ആരും കേൾക്കണ്ട.’’ കൂട്ടത്തിൽ ഒരാൾ അതു പറഞ്ഞയാളെ പരുഷമായി നോക്കി.

‘‘പൊലീസും കോടതിയും ആകുന്നതും നോക്കീട്ടും തെളിവൊന്നും കിട്ടീല്ല. പിന്നെയാ... വേറെ വെല്ലോ കാര്യം പറ.’’ നെറ്റിയിലെ വിയർപ്പ്

തുടച്ചുകൊണ്ട് വേറൊരാൾ നേതാവിനോടുള്ള തന്റെ കൂറ് മറച്ചു വെയ്ക്കാതെ പറഞ്ഞു.

ഇതൊന്നും കേട്ടതായി ഭാവിക്കാതെ കുമാരൻ പിഞ്ചിത്തുടങ്ങിയ പതാകയുടെ അറ്റം നിവർത്തി സ്വീകരണ പന്തലിനടുത്ത് നാട്ടിയ കവുങ്ങിൽ വലിഞ്ഞു കയറി. പാർട്ടിയുടെ കൊടി തടിയോടു ചേർത്ത് മുറുക്കിക്കെട്ടിയിട്ട് അയാൾ മുകളിലിരുന്ന് ചുറ്റുമൊന്ന് കണ്ണോടിച്ചു. അകലെനിന്നും മൈതാനത്തേക്ക് ഒഴുകിയെത്തുന്ന ആളുകളെ അയാൾക്ക് കാണാമായിരുന്നു. കവുങ്ങിൽനിന്നും ഊർന്നു താഴെ യിറങ്ങിയശേഷം കുമാരൻ കൈ കണ്ണിനുമേലെ ചേർത്തുവെച്ച് മുകളിലേക്ക് നോക്കി. അയാൾ കെട്ടിയ കൊടി നിർജ്ജീവമായി താഴേക്ക് നോക്കി തളർന്നുകിടന്നു. ഒരു കാറ്റ് വീശിയിരുന്നെങ്കിൽ നന്നായിരുന്നെന്നും കാറ്റിലിളകിയാടുന്ന പതാക സമ്മേളനത്തിന് കൊഴുപ്പേകുമെന്നും വിചാരിച്ച് അയാൾ മുകളിലേക്ക് നോക്കി നിന്നു. ആകാശത്ത് കെട്ടിപ്പിണഞ്ഞു ഒഴുകിനടന്ന ചില വെള്ളമേഘങ്ങൾ നിർവ്വികാരമായി വഴിപിരിയുന്നത് അയാൾക്ക് കാണാമായിരുന്നു.

കുമാരന് പാർട്ടിയെന്നാൽ എല്ലാം ആയിരുന്നു. അയാളെ സംബ ന്ധിച്ചിടത്തോളം രാഷ്ട്രീയപാർട്ടികൾ ജനങ്ങൾക്ക് വേണ്ടി പ്രവർ ത്തിക്കുന്നവയായിരുന്നു. നേതാക്കന്മാരാകട്ടെ ജനക്ഷേമത്തിനായി ജീവിതം ഉഴിഞ്ഞുവെച്ചവരും. അവരെ കുറ്റപ്പെടുത്തുന്നവരോട് അയാൾ കയർക്കുകയും തല്ലുകൂടുകയും ചെയ്തു. നേതാക്കന്മാ രിൽ ചിലരെ അയാൾ ദൈവത്തെയെന്നപോലെ ആരാധിച്ചു. എല്ലാ രാഷ്ട്രീയയോഗങ്ങളിലും അയാൾ നേരത്തെയെത്തി. അവിടെ കൊടി തോരണങ്ങൾ തൂക്കുകയും വേണ്ട സഹായങ്ങൾ ചെയ്യുകയും ചെയ്തു. പണിയുപേക്ഷിച്ചും ജാഥകളിലും പ്രകടങ്ങളിലും ഉത്സാഹ ത്തോടെ അയാൾ പങ്കെടുത്തു. ഏത് കാര്യത്തിനും അവർ കുമാ രനെ വിളിച്ചു. പോസ്റ്ററൊട്ടിക്കുവാനും ചുവരെഴുതുവാനും അയാൾ മുന്നിലുണ്ടായിരുന്നു. അതിനൊന്നും ഒരു പ്രതിഫലവും അയാൾക്ക് ആരും കൊടുത്തില്ല, കുമാരനൊട്ട് ചോദിച്ചതുമില്ല.

വഴിയിൽനിന്നും സ്വീകരണവേദിയിലേക്ക് വലിച്ചുകെട്ടിയ തോര ണങ്ങൾ അവിടെയാകെ വർണ്ണാഭമാക്കി. വേദിക്കിരുവശവും ഒരു ക്കിയ സ്പീക്കറിലൂടെ പാട്ടിന്റെ അലയൊലികൾ ഉയർന്നു. പണ്ടു കാലത്ത് വേദികളിലെ ചൊടിയനക്കങ്ങളെ പുറംലോകത്തെത്തി ക്കുന്ന കോളാമ്പി സ്പീക്കറുകളായിരുന്നു കുമാരന് കൂടുതലിഷ്ടം. അന്ന് തെങ്ങിലോ മറ്റ് മരങ്ങളിലോ കയറി അയാൾ പല തവണ രണ്ടു വശത്തേക്കും തലതിരിച്ചിരിക്കുന്ന കോളാമ്പി മൈക്കുകൾ കെട്ടിയിരുന്നു. എന്നിട്ട് അതിലൂടെ മുഴങ്ങുന്ന പാട്ടും പ്രസംഗവും

നാടൊട്ടുക്ക് ആളുകൾ കേൾക്കുമെന്നുറപ്പാക്കാൻ വളരെ ദൂരം നടന്നു പോയി ചെവിയോർത്ത് നിൽക്കുകയും അതിൽ പൂർണ്ണതൃപ്തിയായില്ലെങ്കിൽ തിരിച്ചെത്തി അവ പലതവണ മാറ്റിക്കെട്ടുകയും ചെയ്തിരുന്നു. ഇപ്പോഴാകട്ടെ വലിയ ചതുരപ്പെട്ടികളിലൊളിപ്പിച്ച സ്പീക്കറുകളാണ് വേദിയോടു ചേർത്ത് ഉറപ്പിക്കുക. ശബ്ദത്തിന്റെ മുഴക്കവും ഗാംഭീര്യവുമൊക്കെ വേദിക്കുള്ളിലിരുന്നുതന്നെ നിയന്ത്രിക്കാനാവുന്നു. ഇത്തരം കാലോചിതമാറ്റങ്ങൾ കാലത്തിന്റെ അനിവാര്യതയാണെന്ന് കുമാരനും വിശ്വസിച്ചു.

യോഗസ്ഥലത്തേക്ക് ആളുകൾ എത്തിക്കൊണ്ടിരുന്നു. കാത്തിരുന്ന ജനക്കൂട്ടത്തിലേക്ക് നിശ്ചയിച്ചിരുന്നതിലും ഒരു മണിക്കൂർ വൈകിയാണ് നേതാവ് എത്തിയത്. ചുമന്ന ലൈറ്റ് തെളിച്ച് സൈറൻ മുഴക്കിയെത്തിയ കൊടിവച്ച കാറിനെ ആരവത്തോടെ അണികൾ സ്വീകരിച്ചു. ദിക്കുകൾ മുഴങ്ങിയ ചെണ്ട ബാന്റ് മേളങ്ങൾ നാടാകെ ഉത്സവപ്രതീതിയുളവാക്കി. മൈതാനത്തിന്റെ മൂലയിൽ വെളിച്ചം വിതറി വെടിപടക്കങ്ങൾ ശബ്ദത്തോടെ പൊട്ടിച്ചിതറി.

നേതാവിന്റെ ചിത്രം പതിച്ച ബാനറിനു മുന്നിലായി വേദിയിൽ നേതാക്കളുടെ ഒരു നീണ്ട നിര തന്നെയുണ്ടായിരുന്നു. സ്വാഗത പ്രാസംഗികനും ആശംസാപ്രസംഗകരും നേതാവിന്റെ ധാർമ്മികതയെക്കുറിച്ചും ആദർശധീരതയെക്കുറിച്ചും വാതോരാതെ പുകഴ്ത്തി. നേതാവിന്റെ രാഷ്ട്രീയ പാരമ്പര്യവും സംശുദ്ധ ജീവിതവും വിവരിക്കാൻ പ്രാസംഗികർ മത്സരിച്ചു.

മറുപടി പ്രസംഗത്തിനായി ജനകീയനേതാവിനെ ക്ഷണിച്ചപ്പോൾ അതുവരെ അലസമായിരുന്ന ജനക്കൂട്ടം ഒന്നിളകി. അണികളുടെ മുദ്രാവാക്യത്തിന്റെയും ആരവത്തിന്റെയും മുമ്പിൽ നേതാവ് വികാരഭരിതമായാണ് സംസാരിച്ചു തുടങ്ങിയത്. സർക്കാരിന്റെ ജനക്ഷേമ പ്രവർത്തനങ്ങളെക്കുറിച്ച് വാചാലനായ നേതാവ് അരനൂറ്റാണ്ടോളമായ തന്റെ പൊതുജീവിതത്തെക്കുറിച്ചും ഭരണം അട്ടിമറിക്കാനുള്ള പ്രതിപക്ഷത്തിന്റെ ഗൂഢശ്രമത്തെക്കുറിച്ചും കത്തിക്കയറി. ഇടയ്ക്കൊക്കെ നീണ്ട കരഘോഷത്തോടെ അവിടെക്കൂടിയവർ ഹർഷാരവം മുഴക്കിക്കൊണ്ടിരുന്നു. മുന്നിൽ തിക്കിത്തിരക്കിയ മാധ്യമ പ്രവർത്തകരുടെ ക്യാമറാഫ്ളാഷുകൾ അവിടെ പതിയിരുന്ന ഇരുട്ടിനെ പലപ്പോഴും ആട്ടിയകറ്റുന്നുണ്ടായിരുന്നു.

നേതാവ് ജനക്കൂട്ടത്തെ നോക്കി കൈരണ്ടും വിരിച്ചുപിടിച്ച് ചോദിച്ചു. "നിങ്ങൾ പറ... എന്റെ ആത്മാർത്ഥതയിൽ നിങ്ങൾക്ക് സംശയമുണ്ടോ?"

സടകുടഞ്ഞെഴുന്നേറ്റ് അണികൾ ഒരേ ശ്വാസത്തിൽ അലറി ''ഇല്ല... ഇല്ല...''

പ്രസംഗപീഠത്തിലിരുന്ന വെള്ളം കുടിച്ച് കണ്ണിറുക്കിക്കൊണ്ട് നേതാവ് പറഞ്ഞു. ''നിങ്ങളാണ് എന്റെ ധൈര്യം.''

മൈതാനത്തിന് പുറകിലെ ആൽമരച്ചോട്ടിൽ ഒന്നും മിണ്ടാതെ കാലുപിണച്ചിരുന്ന കുമാരന് എന്തുകൊണ്ടോ ഇതൊന്നും കേട്ടിട്ട് ഒട്ടും ആവേശം തോന്നിയില്ല. ചലനമറ്റ് വെറുതെ താഴേക്ക് നോക്കിക്കിടക്കുന്ന കൊടിയിലേക്കും തോരണങ്ങളിലേക്കും കുമാരൻ നോക്കി. അവിടെ കാറ്റിന്റെ മർമ്മരങ്ങളുണ്ടോ എന്നറിയാൻ അയാൾ കാത് കൂർപ്പിച്ചു.

തനിക്കിതെന്തുപറ്റിയെന്ന് അയാൾ അമ്പരന്നു. പൊട്ടാതെ കിടന്ന പടക്കങ്ങൾ ശബ്ദത്തോടെ ഇടയ്ക്ക് പൊട്ടുന്നത് കാതോർത്ത് അയാൾ തലയ്ക്ക് കൈകൊടുത്തിരുന്നു. പൊതുജനങ്ങളെ കൊള്ളയടിക്കുകയും ചൂഷണം ചെയ്യുകയും ചെയ്യുന്ന സാമൂഹ്യദ്രോഹിയായാണ് നേതാവിനെ പല പത്രങ്ങളും അവരുടെ മുഖപ്രസംഗത്തിൽ വിശേഷിപ്പിച്ചിരുന്നതെന്ന് വായനശാലയിലെ ദാമോദരൻ മാഷ് പറഞ്ഞത് കുമാരൻ ഓർത്തു.

അദ്ദേഹം പല പേരുകളിലായി നാടൊട്ടുക്ക് കണക്കറ്റ സ്വത്തുക്കൾ സമ്പാദിച്ചുകൂട്ടിയിട്ടുണ്ടന്നും മാഫിയാസംഘങ്ങളേയും അഴിമതിക്കാരേയും സംരക്ഷിക്കുന്നുവെന്നതും ശരിയായിരിക്കുമോ? അന്വേഷണമൊക്കെ നേതാവും കൂട്ടാളികളും അട്ടിമറിക്കുകയായിരുന്നത്രേ. തനിക്ക് തെറ്റിയോ? വിശ്വാസത്തിന്റെ അടിത്തറയിൽ അയാളുടെ ഉള്ളിൽ എന്നോ ഉയർന്നുപൊങ്ങിയ ചില ബിംബങ്ങളെ ലക്ഷ്യമാക്കി ചോദ്യശരങ്ങൾ ഒന്നൊന്നായി പതിച്ചുകൊണ്ടിരുന്നു.

കാലിഡോസ്കോപ്പിൽ മിന്നിത്തെളിയുന്ന വർണ്ണജാലങ്ങളെന്നപോലെ അയാളുടെ മനസ്സിൽ ഓർമ്മച്ചീളുകൾ മിന്നിമറഞ്ഞു. അടുത്തുള്ള മരക്കൂട്ടത്തിൽനിന്നും ചീവീടുകൾ ഉറക്കെ കരയുന്നതായി കുമാരന് തോന്നി. അയാൾ രണ്ടു കൈകൊണ്ടും ചെവി പൊത്തി ചുറ്റും നോക്കി. വേദിയിൽ നിന്നുയരുന്ന പ്രസംഗം കേൾക്കാൻ കഴിയാനാവാത്തവിധം കാതടപ്പിക്കുന്ന ശബ്ദത്തിൽ ചീവീടുകൾ അലറിക്കരഞ്ഞു. കടുംനിറത്തിൽ വേഷം ധരിച്ച ഒരു കൂട്ടം വികൃതകോലങ്ങൾ എന്തോ പുലമ്പിക്കൊണ്ട് തന്റെ ചുറ്റും തുള്ളിച്ചാടുന്നത് കുമാരന് കാണാമായിരുന്നു. അവർ അയാളെ നോക്കി പരിഹസിച്ച് ഉറക്കെച്ചിരിച്ചു. തല ചുറ്റുന്നപോലെ തോന്നിയ അയാൾ കാതുകൾ പൊത്തി കണ്ണുകളടച്ച് കാൽമുട്ടിനിടയിലേക്ക് തല പൂഴ്ത്തിയിരുന്നു.

സമ്മേളനം കഴിഞ്ഞ് നേതാക്കളും ജനക്കൂട്ടവും പിരിഞ്ഞു. ചുരുക്കം ചില സംഘാടകർ മാത്രം വേദിക്കരികിൽ അപ്പോഴും ചുറ്റിക്കറങ്ങി. ഒരു തെരുവുപട്ടി അയാളെയൊന്നു നോക്കിയിട്ട് മൈതാനത്തിന് മദ്ധ്യേ ആലസ്യത്തോടെ കണ്ണടച്ച് ചുരുണ്ടുകൂടി കിടന്നു. ശബ്ദകോലാഹലമൊഴിഞ്ഞ ആ സ്ഥലം നിലാവിൽ മയങ്ങുന്ന ജലാശയംപോലെ നിശ്ചലമായിരുന്നു. അന്നുവരെ തോന്നാതിരുന്ന ഒരു ശൂന്യത അയാൾക്ക് അനുഭവപ്പെട്ടു.

ചെവിയിൽ തിരുകിയ തെറുപ്പു ബീഡിയെടുത്ത് കത്തിച്ച് വലിച്ചുകൊണ്ട് കുമാരൻ കുറച്ചുനേരം കൂടി അവിടെയിരുന്നു. ബീഡിപ്പുക ഊതി വളയങ്ങൾ ഉണ്ടാക്കുവാൻ അയാൾ ശ്രമിച്ചെങ്കിലും ചില പുകച്ചുരുളുകൾ അതിനു വഴങ്ങാതെ വളയങ്ങൾ ഭേദിച്ച് അന്തരീക്ഷത്തിൽ ലയിക്കുന്നുണ്ടായിരുന്നു. ചിന്തകളുടെ തിരയിളക്കം അയാളുടെ ഉള്ളിൽ പതിയെ ഒരു കൊടുങ്കാറ്റായി മാറി. അത് ഇത്രകാലം താൻ കാത്ത സമചിത്തതയെ കടപുഴക്കുന്നത് കുമാരൻ അറിഞ്ഞു. പുകഞ്ഞുതീരാറായ ബീഡിയിലേക്ക് നോക്കിയിട്ട് അയാൾ ഒന്നുകൂടി അത് ആഞ്ഞുവലച്ചു. പിന്നെ ചാടിയെഴുന്നേറ്റു ബീഡിക്കുറ്റിയിലെ കനൽ കുത്തിക്കെടുത്തിയിട്ട് മുണ്ട് മടക്കിക്കുത്തി വേദിക്കരികിലേക്ക് നടന്നു.

പോകാനിറങ്ങിയ സ്വീകരണക്കമ്മിറ്റി പ്രസിഡന്റ് പൊതുവാളിന്റെ മുന്നിൽ ചെന്ന് അയാൾ കൈ നീട്ടി. ‘‘എന്റെ കൂലി?’’

അമ്പരപ്പോടെ പൊതുവാൾ കുമാരനെ നോക്കി.

‘‘കൂലിയോ? എന്നാ കുമാരാ പതിവില്ലാതെ...’’

‘‘പതിവൊക്കെ മാറി. എനിക്ക് പോണം.’’ കുമാരൻ പ്രസിഡന്റിന്റെ മുഖത്തുനിന്നും കണ്ണെടുക്കാതെ പറഞ്ഞു.

കൈയിൽ കോർത്തിട്ട ലെതർ ബാഗ് തുറന്ന് കുറെ മുഷിഞ്ഞ നോട്ടുകൾ പൊതുവാൾ കുമാരന്റെ നേരെ നീട്ടി. അത് വാങ്ങി നടന്നകലുന്ന കുമാരനെ അയാൾ അവിശ്വാസത്തോടെ നോക്കി നിന്നു.

വഴിയിലേക്കിറങ്ങിയപ്പോൾ കവാടത്തിലേക്ക് കുമാരൻ തിരിഞ്ഞ് നോക്കി. ഉയർന്നുനിന്ന കട്ടൗട്ടിൽനിന്നും നേതാവിന്റെ കണ്ണുകൾ തന്നിലേക്ക് നീളുന്നത് ഗൗനിക്കാതെ അയാൾ ബാന്റുമേളക്കാർ വായിച്ച ഒരു പാട്ട് മൂളി നടന്നു. ഇരുൾ പരന്നു തുടങ്ങിയ വഴിയോരത്ത് അപ്പോഴേക്കും വഴിവിളക്കുകൾ ഞെട്ടിയുണർന്നിരുന്നു.

വീട്ടിൽ എത്തിയപ്പോഴേക്കും നേരം വളരെ ഇരുട്ടിയിരുന്നു. വീടിന്റെ ചുമരിൽ തൂക്കിയ നേതാവിന്റെ പഴയ ചിത്രത്തിലേക്ക് കുമാരൻ നോക്കി. ഫോട്ടോയിലെ കുമാരനോടൊപ്പം നിൽക്കുന്ന

വരമീശ വെച്ച യുവനേതാവിന് അന്ന് സ്വീകരണവേദിയിൽ കണ്ട രൂപവും ഭാവവുമല്ലായിരുന്നു. വളരെ വർഷങ്ങൾക്ക് മുൻപ് യുവ ജനസംഘടനാ പ്രവർത്തനത്തിന്റെ ഭാഗമായി നേതാവ് നാട്ടിലെത്തിയപ്പോൾ യുവാവായിരുന്ന കുമാരനോടൊപ്പം നിന്നെടുത്തതായിരുന്നു ആ ചിത്രം. കാലം ഒളിമങ്ങാതെ നിന്ന ആ ഫോട്ടോയിലേക്ക് നോക്കി ഒരു നിമിഷം ആലോചിച്ചിട്ട് അയാൾ പിറുപിറുത്തു. ''ശ്ശേ... വെറുതെ....''

കുമാരൻ പുറത്തെ ഇരുട്ടിലേക്ക് നോക്കി. എവിടേയോ ഒളിച്ചിരുന്ന ഒരു തണുത്ത കാറ്റ് മരങ്ങൾക്കിടയിലൂടെ ശക്തിയോടെ അവിടേക്ക് വീശി. അതിനോടൊപ്പം പൊടുന്നനെ പെയ്ത മഴത്തുള്ളികൾ വരണ്ടുണങ്ങിയ ഭൂമിയെ കുളിരണിയിച്ചു.

വീട്ടിലേക്ക് മടങ്ങിയപ്പോൾ കടയിൽനിന്ന് വാങ്ങിയ വർണ്ണ ചിത്രങ്ങളുള്ള കലണ്ടർ അയാൾ അകത്തെ മുറിയിലെ ഭാര്യയുടെ കട്ടിലിനോട് ചേർന്ന് ചുമരിൽ തൂക്കി. സൂര്യാസ്തമയ വേളയിൽ താൻ വരച്ച ചിത്രങ്ങൾ തിരകൾ മായ്ക്കുന്നത് നോക്കി കടൽക്കരയിൽ നിർവ്വികാരമായി നിൽക്കുന്ന കുട്ടിയുടെ ചിത്രമായിരുന്നു കലണ്ടറിലുണ്ടായിരുന്നത്. ഉറങ്ങാതെ കിടന്ന അയാളുടെ ഭാര്യ ആ ചിത്രത്തിലെ പറന്നകലുന്ന കടൽക്കാക്കകളെ ഇമവെട്ടാതെ നോക്കി.

''മരുന്നു കുടിച്ചോ?'' കട്ടിലിന്റെ തലയ്ക്കലിരുന്ന മരുന്നുകുപ്പിയിലേക്ക് നോക്കി അയാൾ ചോദിച്ചു.

''ഉം...'' അവർ ഒന്ന് മൂളി. പുറത്ത് ആർത്തലച്ചു പെയ്യുന്ന മഴയിലും കാറ്റിലും വീടിനോടു ചേർന്ന് ചെരിഞ്ഞു നിൽക്കുന്ന മാവിന്റെ ശിഖരങ്ങൾ ഒടിഞ്ഞുവീഴുമോയെന്ന് ആ സ്ത്രീ ഭയപ്പെട്ടു.

''നന്നായി... എത്ര നാളായി ഒരു മഴ പെയ്തിട്ട്. മരങ്ങളൊക്കെ ഉണങ്ങി.'' വേഷം മാറവേ കുമാരൻ ആരോടെന്നില്ലാതെ പറഞ്ഞു.

വൈകി പെയ്ത മഴയിൽ ഭർത്താവ് സന്തോഷിക്കുന്നതായി അവർക്ക് തോന്നി.

അയാൾ ഒരുവശം തളന്നുകിടന്ന ഭാര്യയെ പതിയെ പൊക്കി കട്ടിലിന്റെ അരികിലേക്ക് മാറ്റിക്കിടത്തിയിട്ട് ലൈറ്റണച്ച് ഭാര്യയോട് ചേർന്ന് കിടന്നു. താൻ വേദിക്കരികെ കെട്ടിയ പതാക മഴയിൽ കുതിർന്നിരിക്കാമെന്നും അതിനീ കാറ്റിൽ പാറിപ്പറക്കാനാവുമോയെന്നും മറ്റുമുള്ള ഭ്രാന്തൻചിന്തകൾ അയാളുടെ മനസ്സിൽ നിറഞ്ഞു. കോരിച്ചൊഴിയുന്ന രാത്രി മഴയ്ക്ക് കാതോർത്ത് അയാൾ ചോദിച്ചു. ''നമ്മുടെ കല്യാണഫോട്ടോകളൊക്കെ ചിതലരിച്ചു പോയോ... അതോ?''

ഒരു നിമിഷത്തെ മൗനത്തിനുശേഷം ഭാര്യ പറഞ്ഞു. ''ഉം... ഉം... തകരപ്പെട്ടീലൊണ്ട്.''

''ചുമരൊക്കെ ഒന്ന് പൂശീട്ട് ആ ഫോട്ടോകളൊക്കെ തൂക്കണം.'' ഇരുട്ടിലേക്ക് നോക്കി കുമാരൻ പറഞ്ഞു.

ജനാലച്ചില്ലുകളിൽ രാത്രിമഴ ഏതോ ചിത്രം വരയ്ക്കുന്നത് മിന്നൽവെളിച്ചത്തിൽ ആ സ്ത്രീ കണ്ടു. അന്നാദ്യമായി പുറത്തു നിന്നും കേട്ട ചീവീടുകളുടെ കരച്ചലിൽ സംഗീതമുണ്ടെന്ന് അവർക്ക് തോന്നി. ഒന്നും ഉരിയാതെ അവർ കണ്ണുകളടച്ച് ഭർത്താവിനോട് ഒട്ടിച്ചേർന്നു കിടന്നു.

■

# കടത്ത്

പുഴയുടെ തിട്ടയിൽ വളർന്നുനിന്ന പന്നൽച്ചെടികൾ ഇല്ലായിരുന്നെങ്കിൽ താഴെ തെളിയുമായിരുന്ന തന്റെ രൂപത്തെയോർത്ത് കരിങ്കൽ കെട്ടിൽ ഇരിക്കുകയായിരുന്ന കുട്ടി തൊട്ടടുത്ത് ഇരട്ടപ്പുള്ളി ചിറകുകളുള്ള ഒരു ശലഭം വന്നിരുന്നത് അറിഞ്ഞതേയില്ല. മാനത്ത് ഉരുണ്ടുകൂടിയ കാർമേഘങ്ങൾ ഉടൻ പേമാരിയായി ആർത്തു പെയ്യുമെന്ന് തോന്നിച്ചുവെങ്കിലും അത് എന്നത്തേയുംപോലെ മഴയായി പെയ്യാതെ കാറ്റിൽ പറന്നകലുമെന്ന് കുട്ടിക്ക് അറിയാമായിരുന്നു.

നദിയിലേക്ക് ചാഞ്ഞുനിന്ന കൊന്നത്തെങ്ങിന്റെ ഉണങ്ങി വീഴാറായ ഓല ഇളംകാറ്റിനേയും പേടിക്കുന്നതായി അവന് തോന്നി. കടത്ത് കടക്കുവാൻ ആളുകളില്ലാതിരുന്നിട്ടും വൃദ്ധനായ കടത്തുകാരൻ തനിയെ പുഴയ്ക്ക് കുറുകെ വള്ളം തുഴഞ്ഞ് പോകുന്നത് കണ്ടപ്പോൾ ഇന്ന് മറുകരയിലെ കാഴ്ചകൾ കണ്ടു വന്നാലോയെന്ന് കുട്ടി ചിന്തിച്ചു. അവിടെ നിന്നും എഴുന്നേറ്റപ്പോൾ പറന്നകന്ന ശലഭത്തെ അല്പനേരം നോക്കി നിന്നിട്ട് അവൻ ആളൊഴിഞ്ഞ കടവിലേക്ക് നടന്നു.

തോണി തിരികെയെത്താൻ കാത്തിരിക്കവേ കടവിലെ കരിങ്കൽ ഭിത്തിയിൽ ഒട്ടിച്ചിരുന്ന സിനിമാപരസ്യത്തിൽ വെറുതെ കൈയോടിച്ച് കുട്ടി നായകന്റെ മുഖത്തോട് തന്റെ കവിൾ ചേർത്ത് നിന്നു. പോസ്റ്ററൊട്ടിച്ച മൈദപ്പശയുടെ മണം അസഹ്യമായി തോന്നിയപ്പോൾ ആ സിനിമയിലെ ഒരു പാട്ടും മൂളി അവൻ കൽപ്പടവിൽ വന്നിരുന്ന് കടവിലേക്ക് നോക്കിയിരുന്നു. കടവിന്റെ വെള്ളം കയറിക്കിടന്ന താഴത്തെ നടയിൽ അടിഞ്ഞുകൂടിയ മൺതരികളുടെ മേലെ ചെറുമത്സ്യക്കുഞ്ഞുങ്ങൾ ചെകിളകൾ വിടർത്തി എന്താവും ചിന്തിച്ചു നിൽക്കുന്നത്?

വഴിയരികിൽ കാറ് വന്നു നിന്ന ശബ്ദം കേട്ടപ്പോൾ അവൻ എഴുന്നേറ്റ് അവിടേക്ക് നോക്കി. ടാക്സിയിൽനിന്നും പെട്ടിയും തൂക്കിയിറങ്ങിയ ഒരാൾ കടവിലേക്ക് നടക്കാൻ ഒരുങ്ങവെ അതുവഴി വന്ന

ഒരു വഴിയാത്രക്കാരൻ അയാളോട് എന്തോ പറയുകയും അതുകേട്ട് അയാൾ വന്ന കാറിൽത്തന്നെ കയറി തിരികെ പോകുകയും ചെയ്തു.

കടവിൽ വള്ളം അടുത്തപ്പോൾ വൃദ്ധനായ കടത്തുകാരന്റെ അരികിലേക്ക് കുട്ടി അല്പം ശങ്കയോടെ ചെന്നു. മെലിഞ്ഞു ക്ഷീണിച്ചിരുന്ന അയാൾക്ക് ദൂരെ നിന്നും കാണുന്നതിലും പ്രായം കൂടുതൽ തോന്നിച്ചു.

''എന്നെ ഈ പുഴ കടത്തുമോ?''

കടത്തുകാരൻ ബാലനെ അടിമുടി നോക്കി. കുറെ നാളുകളായി അകലെ നിന്ന് അവൻ എന്നും കടത്ത് നോക്കിയിരിക്കുന്നത് അയാൾ കണ്ടിരുന്നു.

''ഉം... എന്തിനാ ഇപ്പോ അക്കരയ്ക്ക്?'' നരച്ച താടിയിൽ തടവിക്കൊണ്ട് അയാൾ ചോദിച്ചു.

''വെറുതെ. അടുത്ത വീട്ടിലെ കൂട്ടുകാരൊക്കെ സ്കൂളീ പോയി. അക്കരെയെന്തെങ്കിലും കാണാൻ...''

''സ്കൂളിൽ പോയില്ലേ?''

''ആ കുന്നിൻപുറത്തെ മില്ല് കാണുന്നില്ലേ? ഞാനവിടെ പണിക്ക് വന്നതാ.''

''അത് പൂട്ടിപ്പോയിട്ടു മാസങ്ങളായല്ലോ.'' കടത്തുകാരൻ ചോദിച്ചു.

''ഉം... അവിടെയുള്ള പഴയ സാധനങ്ങൾ നോക്കാനേല്പിച്ചിരിക്കുവാ. മിഷനും മോട്ടൊറുമൊക്കെ തുരുമ്പെടുക്കാതെ ഇടയ്ക്ക് ഓയിലും ഗ്രീസുമിട്ടാ മതി.''

പരിസ്ഥിതി മലിനമാക്കുന്നുവെന്നാരോപിച്ചു നാട്ടുകാർ നടത്തിയ സമരത്തിനൊടുവിൽ മില്ല് പൂട്ടിപ്പോയതാണ്. അവിടെനിന്നും നദിയിൽ ഒഴുകിയെത്തുന്ന മാലിന്യങ്ങളുടെ ദൂഷ്യവശങ്ങളെക്കുറിച്ചു അയാളും കടത്തുയാത്രക്കാരിൽ അവബോധം വളർത്തിയിരുന്നു. അന്നൊക്കെ മില്ലിലെ പുകക്കുഴലിലൂടെ ആകാശത്തേക്ക് പടരുന്ന പുകച്ചുരുളുകളിലേക്ക് നോക്കി കടത്തുകാരൻ വള്ളം തുഴയുമായിരുന്നു. ആനന്ദനൃത്തം ചവിട്ടി മേലേക്കുയരുന്ന ഈ പുകച്ചുരുളുകൾ താഴേക്ക് പെയ്തൊഴിയാൻ കാക്കുന്ന മേഘങ്ങളെ കണ്ടുമുട്ടുമ്പോൾ എന്താവും പറയുകയെന്ന് അപ്പോഴൊക്കെ അയാൾ വെറുതെ ചിന്തിച്ചിരുന്നു.

കുട്ടിയുടെ കൈപിടിച്ചു തോണിയിലേക്ക് കയറ്റിയിട്ട് കടത്തുകാരൻ അകലേക്ക് നോക്കി. പുഴയും ആകാശവും കൂട്ടിമുട്ടിയ ദൂരക്കാഴ്ചയിൽ കാർമേഘങ്ങൾ വീർപ്പുമുട്ടി നിൽക്കുന്നു. ഇന്നിനി മഴ പെയ്യുമോ?

താൻ ഇരിക്കുന്ന പലകയുടെ അടിയിൽ തുണിയിൽ പൊതിഞ്ഞു വെച്ചിരുന്ന ഒരു ചെറിയ കുപ്പി വഞ്ചിക്കാരൻ കുനിഞ്ഞെടുത്ത് അതിലുണ്ടായിരുന്ന തൈലം തന്റെ മെലിഞ്ഞുണങ്ങിയ കാലിലെ മുട്ടുചിരട്ടകളിൽ തേച്ചു. കൊട്ടൻചുക്കാദി കുഴമ്പിന്റെ മണം പരന്നപ്പോൾ പെട്ടെന്ന് കുട്ടിക്ക് മുത്തശ്ശിയെ ഓർമ്മ വന്നു.

''ന്റെ കയ്യാകെ കുഴമ്പാ. തുമ്പീടെ പുറകെ ഓടാതെ നിനക്കീ പാക്കൊന്നിടിച്ചു തന്നൂടെ?'' ഇരുൾ അടയിരുന്ന ചായിപ്പിൽനിന്നും കേൾക്കാറുള്ള മുത്തശ്ശിയുടെ വലിവുകൊണ്ട് നേർത്ത സ്വരം കുട്ടിയുടെ കാതിൽ മുഴങ്ങി. അടയ്ക്കാ ഇടിച്ചു കൊടുത്താലും മുറുക്കാൻ ചവയ്ക്കവെ മുത്തശ്ശി പറയും, ''നിക്ക് പല്ലില്ലാന്നറിഞ്ഞൂടേ. നിനക്കിതിച്ചിരി കൂടി പൊടിച്ചൂടാരുന്നോ.''

മുത്തശ്ശിക്ക് ഇപ്പൊ ആരാവും മുറുക്കാനിടിച്ചു കൊടുക്കുക? പണിക്കുപോയിവരുന്ന അമ്മയ്ക്ക് അതിനൊക്കെ സമയം കാണുമോ? കിടപ്പിലായ അച്ഛനെ നോക്കേണ്ടതും അമ്മ തന്നെയാണല്ലോ. ഓപ്പോളുണ്ടായിരുന്നപ്പോൾ അമ്മയ്ക്ക് ഒരു ആശ്വാസമായിരുന്നു. പാടത്ത് വെള്ളം വറ്റിക്കവെ മോട്ടോറിൽനിന്നും ഷോക്കടിച്ചു ശരീരം തളർന്നുപോയ അച്ഛന്റെ മുഖം കുട്ടിയുടെ മനസ്സിൽ തെളിഞ്ഞു.

''നീന്തറിയോ?'' അവനെ ഓർമ്മയിൽനിന്ന് ഉണർത്തി കടത്തുകാരൻ ചോദിച്ചു.

വള്ളത്തിന്റെ പടിയിൽ മുറുക്കിപ്പിടിച്ചിരുന്ന് ഇല്ലയെന്ന അർത്ഥത്തിൽ കുട്ടി തലയാട്ടി. കടവിനോട് ചേർന്നുനിന്ന പുൽച്ചെടിയുടെ നാമ്പിലേക്ക് പറന്ന് വന്നിരുന്ന ചങ്ങാതിത്തുമ്പി അവനെ നോക്കി ചിറകുകൾ അനക്കി.

കുപ്പി തിരിച്ചുവെച്ച് വൃദ്ധൻ കൈയിൽ പറ്റിയ തൈലം മുഷിഞ്ഞ ഉടുപ്പിൽ തുടച്ചപ്പോൾ ഷർട്ടിലെ നിരതെറ്റിക്കിടന്ന ബട്ടൻസുകളിലൊന്ന് കുടുക്കിൽനിന്നും വിട്ടു. മഴനനഞ്ഞു ചാഞ്ഞു കൂമ്പിയ തൊട്ടാവാടി ചെടികളെപ്പോലെ നെഞ്ചിലെ നരച്ച രോമങ്ങൾ ഒട്ടിയ വയറിലേക്ക് ദയനീയമായി നോക്കി പറ്റിക്കിടന്നിരുന്നു.

തുഴകൊണ്ട് കടവിലെ നടയിലൂന്നി വള്ളമകറ്റി കടത്തുകാരൻ മെല്ലെ തുഴഞ്ഞു. പുഴയ്ക്ക് കുറുകെ താണു പറക്കുന്ന കാടപ്പക്ഷികളെ നോക്കി അയാൾ പറഞ്ഞു, ''ഇന്നലെ അക്കരയിക്കരെ പോകാൻ ഒരു പാലം തുറന്നതറിഞ്ഞില്ലേ? ഇനി കടത്തു കടക്കാൻ ആരും വരില്ല. ഒരുപക്ഷേ നീയാവും അവസാനത്തെ കടത്തുയാത്രക്കാരൻ.''

കവലയ്ക്കപ്പുറം ഈ പുഴയ്ക്ക് കുറുകെ പാലം പണിയുന്നുണ്ടെന്ന് അവൻ കേട്ടിരുന്നു. ഒരുപക്ഷേ അതുകൊണ്ടാവാം ഇന്ന്

കടത്തുകടക്കുവാൻ ആരും ഇല്ലാത്തത്. കടവിന് സമീപം കാറിൽ വന്നിറങ്ങിയ ആൾ മടങ്ങിയ കാര്യം ബാലൻ ഓർത്തു. അവൻ കൈ പുറത്തേക്കിട്ട് ചൂണ്ടുവിരൽകൊണ്ട് മെല്ലെ നദിയിലെ വെള്ളത്തിൽ തൊട്ടു. ചെറിയ തണുപ്പുണ്ട്.

എന്തോ ചിന്തിച്ചിട്ട് കടത്തുകാരൻ തുടർന്നു. ''ചെറുപ്പം മുതൽ നാട്ടാരെ അക്കരെയിക്കരെ ഇറക്കുന്നതാ. എന്നിട്ടും പുതിയ പാലം തുറക്കുന്ന കാര്യത്തെപ്പറ്റി... ഒരു വാക്കു പോലും... ആരും പറഞ്ഞല്ല.'' വാക്കുകൾ പലപ്പോഴും അയാളുടെ തൊണ്ടയിൽ കുടുങ്ങി.

ഈറൻ വറ്റിയ ചുണ്ടുകൾ നാവാൽ നനച്ച് വൃദ്ധൻ ഒരു നിമിഷം തുഴച്ചിൽ നിറുത്തി പിന്നെ തുഴ മറുവശത്തേക്കിട്ട് കൈ ഒന്ന് കുടഞ്ഞിട്ട് വീണ്ടും തുഴഞ്ഞു. ഒരു ഈച്ച ഒന്നും കൂസാക്കാതെ അയാളുടെ തൈലം പുരട്ടിയ കാൽമുട്ടിൽ വെറുതെ വട്ടം വെച്ചുകൊണ്ടിരുന്നു.

''തനിയെ എന്തിനാ ഇങ്ങനെ തുഴയുന്നെ?'' കുട്ടി ചോദിച്ചു.

''അറിയില്ല. തുഴയാതിരിക്കാനാവുന്നില്ല. ഈ പുഴയ്ക്ക് കുറുകെയാവും എന്റെ ജീവിതം.''

നേരം വൈകുമോയെന്ന ആധിയോടെ ഇരുകരയിലും കാത്തു നിൽക്കുന്നുവെന്ന ചിന്ത അന്നും അയാളെ അതിരാവിലെ ഉണർത്തി. അടുത്ത ദിനം മുതൽ തന്റെ ജീവിതം എങ്ങനെയാവുമെന്ന് ആശങ്ക രണ്ടു ദിവസമായി കടത്തുകാരന്റെ ഉറക്കം കെടുത്തിയിരുന്നു. ഇത്രയും കാലം ഏതു പാതിരാത്രിയിലും ഒരു കൂവലിന് കാതോർത്ത് അങ്ങേക്കരയിൽ അയാൾ ഉണ്ടായിരുന്നു. പെരുമഴയിലും പൊരിവെയിലിലും മലരിയും ചുഴിയുമുള്ള മലവെള്ളപ്പാച്ചിലിലും ഒരു പരാതിയും പറയാതെ അയാൾ തുഴഞ്ഞു. പാട്ടുകൾ പാടിയും കഥകൾ പറഞ്ഞും ഓരോ കടത്തുയാത്രയും അയാൾ അവിസ്മരണീയമാക്കിയിരുന്നു.

അകലെ തിങ്ങിക്കൂടിയ മഴക്കാറിന്റെ ഇരുളിമ അയാളുടെ കൺതടങ്ങളിൽ തളംകെട്ടിയിരുന്നു. അത് കണ്ടില്ലെന്ന് നടിച്ചു കുട്ടി മത്സ്യങ്ങളെ കാണാനെന്നപോലെ പുഴയിലേക്ക് തുറിച്ചു നോക്കി.

കടത്തുകാരന് ഇനി ഇങ്ങനെ എത്ര നേരം തനിയെ തുഴയാനാവും? കുട്ടിക്ക് വിഷമം തോന്നി. കൊന്നത്തെങ്ങിന്റെ കുടന്തയിൽ വാശിയോടെ കൊത്തുന്ന മരംകൊത്തിയുടെ ശബ്ദത്തിന് കാതോർത്ത് കുട്ടി ചോദിച്ചു. ''എന്നെങ്കിലും പാലത്തിലൂടെ വണ്ടികൾക്ക് പോകാൻ കഴിയാതായാലോ? അപ്പോ ഈ കടത്ത് വേണ്ടേ?''

തുഴയിൽ തടഞ്ഞ പായൽ തട്ടിയകറ്റിയിട്ട് അയാൾ പറഞ്ഞു. ''ഇനി ഇതൊന്നും ആർക്കും വേണ്ട. ഈ വള്ളവും കടത്തുകാരനും പഴമയുടെ കുത്തൽ വീണ ഒരു ഓർമ്മ മാത്രം.''

അകലെ മഴക്കാറുകളുടെ ഇടയിൽ മിന്നിയ കൊള്ളിയാന് തുടർച്ച യെന്നോണം അയാൾ നെഞ്ച് പൊട്ടവേ ചുമച്ചു. വൃദ്ധന്റെ നരച്ച താടിയിൽ പറ്റിപ്പിടിച്ചിരുന്ന മുറുക്കാന്റെ ഉണങ്ങിയ കറ താഴേക്ക് അടർന്നു വീണു.

തോണിയിൽ കെട്ടിക്കിടന്ന വെള്ളത്തിൽ വീണുപോയ ഒരു എട്ടു കാലി തന്റെ നനഞ്ഞു കുതിർന്ന നീണ്ട കാലുകളാൽ അവിടെ കിടന്ന കഴുക്കോലിലേക്ക് മെല്ലെ വലിഞ്ഞു കയറാൻ ശ്രമിക്കുന്നതും നോക്കി കുട്ടി ഇരുന്നു.

അവർക്ക് ചുറ്റും പടർന്ന നിശ്ശബ്ദതയെ മുറിച്ചുകൊണ്ട് കുട്ടി പറഞ്ഞു. ''മില്ലിലെ തുരുമ്പിച്ച പഴയ സാധനങ്ങൾ നോക്കിയിരുന്ന് മടുത്തു. അവിടെ വരുന്ന തുമ്പികളേയും ശലഭങ്ങളേയുമൊക്കെ കാണുമ്പോഴാ ഒരു രസം. ചിലപ്പോ തോന്നും പറന്നു നടക്കുന്ന പൂക്കളാ ചിത്രശലഭങ്ങളെന്ന്.''

കുട്ടി വീണ്ടും ചിന്തയിലാണ്ടു. രണ്ടാഴ്ചയായി അവിടെ വരുന്ന അരളി ശലഭങ്ങൾ ഇന്നും വന്നുകാണുമോ ആവോ? രണ്ടുമൂന്നാഴ്ച മാത്രം ആയുസ്സുള്ള ആ ശലഭങ്ങൾ ഇനിയെത്രനാൾ കൂടി അവിടെ വരാനാകുമെന്ന ചിന്ത അവനെ അസ്വസ്ഥമാക്കി.

പെട്ടെന്നാണ് കുട്ടി തോണിയുണ്ടാക്കാൻ ഉപയോഗിച്ച തടിപ്പലക കളെ ചേർത്ത് കെട്ടിമുറുക്കിയിരുന്ന പിഞ്ചിയ കയറിലെ നനവ് ശ്രദ്ധിച്ചത്. പുഴയിൽനിന്നും കയറിലൂടെ വഞ്ചിക്കുള്ളിലേക്ക് വെള്ളം പനച്ചിറങ്ങുന്നുണ്ടായിരുന്നു.

''അകത്ത് വെള്ളം കേറുമോ?'' നനവിലേക്ക് കൈ ചൂണ്ടി ഭയ ത്തോടെ കുട്ടി ചോദിച്ചു.

''ചിലപ്പോ... വഞ്ചി മുങ്ങിയാ... ചാവാൻ പേടിയാണോ.''

അയാൾ കണ്ണുകൾ തുറിച്ചു കുട്ടിയെ നോക്കി. ഭയക്കേണ്ടന്നും അന്തിയിൽ തനിക്ക് തേകിക്കളയാനുള്ള വെള്ളമേ നിറയൂവെന്ന് പറഞ്ഞ് ഊറിച്ചിരിച്ചുകൊണ്ട് വൃദ്ധൻ ബാലനെ ആശ്വസിപ്പിച്ചു.

പുഴയിലേക്ക് നോക്കിയിരുന്നപ്പോൾ കുട്ടിയുടെ മനസ്സിൽ ഓർ മ്മകൾ കഴുകന്മാരെപ്പോലെ വട്ടമിട്ടു.

''പുഴയിലൂടെ ശവങ്ങൾ ഒഴുകിവരാറുണ്ടോ?'' കുട്ടി ചോദിച്ചു.

''ങേ... ശവമോ? പണ്ട് വെള്ളപ്പൊക്ക സമയത്ത് ഒന്നു രണ്ടു തവണ...'' അയാൾ ഒന്നു നിറുത്തി എന്തോ ആലോചിച്ചിട്ട് വീണ്ടും തുടർന്നു. ''മൂന്നാല് കൊല്ലം മുമ്പ് ഈ വള്ളത്തിൽനിന്നും ഒരു യുവാവ് ചാടി ആത്മഹത്യ ചെയ്തതാ. എന്തിനാണെന്ന് ആർക്കു മറിയില്ല.'' തൊണ്ടയിൽ എന്തോ കുടുങ്ങിയപോലെ അയാൾ ചുമച്ചു.

''മരിക്കാനെളുപ്പാ. എന്തിനാണിവർ ഓർമ്മകളുടെ ഭാണ്ഡക്കെട്ട് ജീവി ച്ചിരിക്കുന്നവരെ ഏൽപ്പിച്ചിട്ട് പോകുന്നത്?'' അയാൾ ആരോടെ ന്നില്ലാതെ പറഞ്ഞു.

തഴമ്പ് വീണ പരുപരുത്ത കൈകൊണ്ട് അയാൾ മുഖം ഒന്ന മർത്തി തുടച്ചു. അപ്പോൾ പുകയിലക്കറ പിടിച്ചു ദ്രവിച്ച പല്ലുകളിൽ ചിലത് ഇളകിയാടി. ഇടവിട്ട പൊഴിഞ്ഞുപോയ പല്ലുകളുടെ വിടവിൽ മുറുക്കിച്ചുമന്ന നാക്ക് ചലനമറ്റു കിടന്നു. പേമാരിയായി ആർത്തല യ്ക്കാൻ തയ്യാറായ കാർമേഘക്കൂട്ടം അയാളുടെ കണ്ണുകളുടെ കോണിലേക്ക് ഇരച്ചുകയറുന്നതായി കുട്ടിക്ക് തോന്നി.

''ഉം... പൊന്തിക്കിടക്കുന്ന ശരീരത്തിന് നീല നിറമാ... നീല ശലഭ ങ്ങളെ പോലെ.'' അത് പറഞ്ഞിട്ട് കുട്ടി വീണ്ടും വിരലുകൾകൊണ്ട് പുഴയിൽ തൊട്ടു നോക്കി. വെള്ളത്തിനു തണുപ്പ് കുറഞ്ഞിരിക്കുന്നു.

കഴുക്കോലിൽ കയറിപ്പറ്റിയ എട്ടുകാലി സൂക്ഷ്മതയോടെ അങ്ങേ ത്തലയ്ക്കലേക്ക് നടന്നു നീങ്ങുന്നുണ്ടായിരുന്നു.

വഞ്ചിയിൽ കിടന്ന തുഴയിലേക്ക് നോക്കിക്കൊണ്ട് കുട്ടി അയാ ളോട് ചോദിച്ചു, ''ഞാനും തുഴയട്ടെ?''

കുട്ടിയായിരുന്നപ്പോൾ വള്ളം തുഴഞ്ഞു ക്ഷീണിച്ച അച്ഛനോട് അയാൾ ചോദിച്ചിരുന്ന അതേ ചോദ്യം. കടത്തുകാരന്റെ അച്ഛൻ മലമ്പനി വന്ന് മരിക്കുന്നതിന് മുമ്പ് ആ തുഴയും പഴയ വള്ളവും ഏൽപ്പിച്ചതാണ്. പണ്ട് നാട്ടിൽ മലമ്പനി പരന്നപ്പോൾ ആളുകളെ വഞ്ചിയിൽ ആശുപത്രിയിൽ കൊണ്ടുപോയ കാലത്താണ് അച്ഛന് രോഗം ബാധിച്ചത്. പഴയ വള്ളം മാറിയെങ്കിലും ആ തുഴ കളയാതെ വഞ്ചിക്കാരൻ സൂക്ഷിച്ചു. ചെറുപ്പകാലത്ത് കുറെ നാൾ അതു കൊണ്ടാണ് അയാൾ തുഴഞ്ഞിരുന്നത്. ദുഃഖം വരുമ്പോൾ ആ തുഴ യിൽ പതിഞ്ഞിരുന്ന അച്ഛന്റെ കൈകളുടെ മുഷിഞ്ഞ പാടിൽ അയാൾ വിരലുകളോടിക്കുമായിരുന്നു.

''അക്കരെ കാഴ്ച കണ്ട് വാ. തിരിച്ചെത്തുമ്പോൾ തുഴയിക്കാം.''

തുഴ പിടിച്ചിരിക്കുന്ന ഭാവേനെ കൈവിരലുകൾ ചുരുട്ടി തുഴ യുന്നപോലെ ആംഗ്യം കാട്ടിക്കൊണ്ടിരുന്ന കുട്ടിയോട് കടത്തുകാരൻ ഒരു കഥ പറഞ്ഞു. നിറം മാറാനുള്ള ശേഷി നഷ്ടമായ ഒരു വയസ്സൻ ഓന്തിന്റെ കഥ. താൻ ഇരിക്കുന്ന മരത്തിന്റെയും ചില്ലകളുടേയും വർണ്ണങ്ങൾ തന്നിലേക്ക് പടരുന്നുവെന്നു തെറ്റിദ്ധരിച്ചു വനാന്തര ങ്ങളിൽ വളരെക്കാലം ജീവിച്ച അത് പിന്നീട് തന്റെ ശരീരത്തിന് ആ കഴിവ് നഷ്ടമായെന്ന് കരുതി ദുഃഖിതനായി ശരീരത്തിന്റെ നിറ മുള്ള ഇരിപ്പിടം തേടി അലഞ്ഞു. അതേ നിറത്തിലുള്ള ഒരു ഇല

കണ്ടെത്തി അതിലൊളിച്ച ഓന്ത് അവസാനം അടർന്നു വീണ ആ ഇലയോടൊപ്പം ചത്തു വീഴുകയായിരുന്നത്രെ.

''എന്റെ അന്ത്യവും അങ്ങനെയാവും.'' അയാൾ പറഞ്ഞു.

ഓന്തിന്റെ തൊലിയുടെ നിറം മാറ്റുന്നത് ചുറ്റുപാടുകളല്ല മറിച്ച് അതിന്റെതന്നെ ചിന്തയും മാറ്റങ്ങളെ അംഗീകരിക്കാനുള്ള മനസ്സിന്റെ കരുത്താണെന്ന് സ്കൂളിലെ ബാലൻ മാഷ് പറഞ്ഞത് കുട്ടി ഓർത്തു. ഓന്ത് നിറം മാറുന്ന വിദ്യ കാണാൻ പണ്ട് പറമ്പിലൂടെ പമ്മി നടന്നതും ഓന്തിനെ പിന്തുടരവേ അയൽപക്കത്ത് താമസത്തിനെത്തിയ ഗൾഫുകാരന്റെ വീട്ടിൽനിന്നും കണ്ണു തുടച്ചുകൊണ്ട് ഓപ്പോൾ ഇറങ്ങിയോടുന്നത് കണ്ടതും കുട്ടിയുടെ മനസ്സിൽ തെളിഞ്ഞു. എന്തിനാവും ഓപ്പോൾ അവിടെ പോയത്? അന്ന് ആ മുറ്റത്ത് വെച്ചായിരുന്നു കടുവ വരകളുള്ള ഇരുണ്ട ഒരു ശലഭത്തെ ആദ്യമായി കണ്ടത്.

''ജന്തുക്കളേക്കാൾ മനുഷ്യർക്കാവും തരംപോലെ നിറം മാറാനാവുക. ശരിക്കും നാം ശലഭപ്പുഴു ഒരു ചിത്രശലഭമായി മാറുന്നത് കണ്ടാണ് പഠിക്കേണ്ടത്.'' അവൻ പറഞ്ഞു. പ്രായത്തിൽ കവിഞ്ഞ പക്വത കുട്ടിയുടെ വാക്കുകളിൽ പ്രകടമായിരുന്നു. അത് അയാളെ അതിശയിപ്പിച്ചു.

കഴുക്കോലിലൂടെ നടന്നു നീങ്ങിയ എട്ടുകാലി അപ്പോഴേക്കും അങ്ങേത്തലയ്ക്കലെത്തി. വൃദ്ധൻ ഇരുന്നു തുഴഞ്ഞിരുന്ന പലകയ്ക്ക് താഴെ സ്ഥലം പിടിച്ച അത് അവിടെ തലകീഴായി തൂങ്ങിക്കിടന്ന് പ്രത്യേക താളത്തിൽ ആടിക്കൊണ്ടിരുന്നു.

കരയ്ക്കടുത്തപ്പോൾ കടത്തുകാരൻ കടവിൽ നാട്ടിയിരുന്ന കുശുത്ത തെങ്ങിൻ കുറ്റിയിൽ വള്ളത്തിന്റെ കയറു വലിച്ചു കെട്ടി. പയ്യന്റെ കൈ പിടിച്ചു കടവിലിറക്കവേ സൂക്ഷിച്ചു പോകണമെന്ന് അയാൾ ഓർമ്മിപ്പിച്ചു. വിഷമവും ദേഷ്യവും തോന്നിയ അവൻ ചെമ്മൺ പാതയുടെ ഓരത്ത് കിടന്ന ഉണങ്ങിയ ചുള്ളിക്കമ്പ് കാലുകൊണ്ട് തട്ടിത്തെറുപ്പിച്ച് നടന്നകന്നു.

തോണിയിൽ കെട്ടിക്കിടന്ന വെള്ളം തേകിക്കളഞ്ഞ് കടത്തുകാരൻ നദിക്കരയിലെ ഇല്ലിമുളകളുടെ താഴെ തോർത്ത് വിരിച്ചിരുന്നു. വർഷകാലത്തെ മലവെള്ളപ്പാച്ചലിൽ ജലനിരപ്പ് ഉയരുമ്പോൾ തിട്ടയിടിഞ്ഞു പോകാതിരിക്കാൻ അയാൾ പണ്ട് നട്ട തൈമുളകൾ വളർന്ന് ഒരു മുളങ്കാടായി മാറിയിരുന്നു. അവ കാറ്റിലിളകി തന്നോട് കലഹിക്കുന്നതായും പൊട്ടിച്ചിരിക്കുന്നതായും അയാൾക്ക് തോന്നാറുണ്ട്. അതിൽ ചേക്കേറാൻ എല്ലാ വർഷവും കുരുവികൾ എവിടെന്നോ എത്താറുണ്ട്. ചെവി വട്ടം പിടിച്ചു നോക്കിയെങ്കിലും അവയുടെ ശബ്ദമൊന്നും അയാൾക്ക് കേൾക്കാനായില്ല. ഒരുപക്ഷേ

പറന്നുപോയിട്ടുണ്ടാവും. തലേന്ന് കിളികൾക്കായി താൻ വിതറിയ ചോറിൻപറ്റ് വഹിച്ചുകൊണ്ട് കുറെ ഉറുമ്പുകൾ പോകുന്നത് നോക്കി അയാൾ ഇരുന്നു.

നേരം ഇരുട്ടി. അന്തിക്കള്ള് മോന്തിയെത്തിയ ആരോ കവലയിൽ പുലഭ്യം പറയുന്നത് കേട്ടപ്പോൾ അയാൾ ചുറ്റും നോക്കി. എവിടെ യാവും കുട്ടി? ഇനി കാഴ്ചകൾ കണ്ട് മതിമറന്ന് തിരിച്ചു പോരുന്ന കാര്യം മറന്നോ? തോണിക്കാരൻ തിരിയെ വഞ്ചിയിൽ വന്നിരുന്നു.

ഓടിക്കിതച്ചെത്തിയ കുട്ടി കരിമ്പടം പുതച്ച് കണ്ണടച്ചിരുന്ന വഞ്ചി ക്കാരനെ തോണ്ടി പറഞ്ഞു. ''ഞാൻ വിചാരിച്ചു ഇവിടെ കാണില്ലാ യിരിക്കുമെന്ന്.'' വഞ്ചിയിൽ കയറവേ കുട്ടി നിക്കറിന്റെ പോക്കറ്റിൽ നിന്ന് ഒരു പൊതിയെടുത്ത് അയാൾക്ക് നേരെ നീട്ടി. ''മുറുക്കാനാ. അടയ്ക്ക ഞാൻ തന്നെ ഇടിച്ചതാ.'' അയാൾ തെല്ല് അമ്പരത്തോടെ അത് വാങ്ങി.

''കാഴ്ചകളൊക്കെ കണ്ടോ? ഇഷ്ടായോ?'' അയാൾ ചോദിച്ചു.

''ഉം... കാവും സിനിമാക്കൊട്ടകേം ഒക്കെ കണ്ടു. അറിഞ്ഞോ, കാവിലെ ഉത്സവത്തിന് ഇന്നാ കൊടിയേറിയത്.''

ഇരതേടിയിറങ്ങിയ പുലികളെന്നപോലെ സ്മരണകൾ അയാളെ തേടിയെത്തി. കുത്തൊഴുക്കായി കടന്നുപോയ യൗവ്വനകാലത്ത് കൈക്കുഞ്ഞിനെ അയാളെ ഏൽപ്പിച്ച് ഭാര്യ കാവിലെ ഉത്സവത്തിന് കളിപ്പാട്ടങ്ങളും കുപ്പിവളകളും വിൽക്കാനെത്തിയ ഒരു ചിന്തിക്കട ക്കാരനോടൊപ്പം ഒളിച്ചോടി പോയതാണ്. നിർദ്ദയം നുള്ളി നോവിച്ചു കൊണ്ട് തിങ്ങിക്കൂടിയ അസുഖകരമായ ഓർമ്മകൾ അയാളെ തളർത്തി. തന്റെ ഉള്ളിലെ നനവാർന്ന മണ്ണിൽ ആഴ്ന്നിറങ്ങിയ ഭൂതകാലത്തിന്റെ വേരുകൾ അറുത്തു മാറ്റാൻ അയാൾ ശ്രമിച്ചിരുന്നുവെങ്കിലും അത് കൂടുതൽ ആഴത്തിലേക്ക് പടർന്നിറങ്ങുകയാണുണ്ടായത്

''ദേ കണ്ടോ... ഞാൻ കുറെ പൂച്ചെടികൾ ഒടിച്ചുകൊണ്ടുവന്നു.'' കുട്ടി കൈയിലിരുന്ന ചെടിക്കമ്പുകൾ കാട്ടി.

കുട്ടി വഞ്ചിക്കാരനെ നോക്കി. നിലാവുണ്ടായിട്ടും മുഖഭാവം അത്ര വ്യക്തമായിരുന്നില്ല. വിഷാദത്തിന്റെ അലയൊലികൾ ആ മുഖത്തു നിന്ന് മാഞ്ഞിട്ടുണ്ടാവുമോ? എങ്ങനെയാണ് നൊമ്പര പ്പെടുന്ന ആ മനസ്സിന് ആശ്വാസമേകാനാകുക?

പതിഞ്ഞ സ്വരത്തിൽ കുട്ടി പറഞ്ഞു, ''പുതിയ പാലത്തിലൂടെ ഞാൻ അക്കരെയിക്കരെ പോയി. ഒരു രസോം തോന്നീല്ല. അതുവഴി പോയവരുടെ മുഖത്തൊക്കെ സങ്കടാരുന്നു. ഈ തോണിയേം തോണി ക്കാരനേം ഓർത്താവും.''

വൃദ്ധന്റെ ശ്വാസനിശ്വാസങ്ങൾ തുഴച്ചിലിന്റെ താളത്തോട് ഇഴുകി ച്ചേർന്നു.

''അവിടെയൊക്കെ ഇതുവരെ കാണാത്ത തരം പറവകളാണ്. ചിറകിൽ ഭംഗിയുള്ള കണ്ണുകളുമായി ഒരു ശലഭത്തെ കണ്ടു. അതാവും പൂങ്കണ്ണി ശലഭം. ചിറകിലൂടെ അവയ്ക്ക് കാണാനാവുമോ ആവോ?'' അത് പറഞ്ഞപ്പോൾ കുട്ടിയുടെ കണ്ണുകൾ വിടർന്നു.

''തുഴയണോ?'' അയാൾ ചോദിച്ചു.

''വേണ്ടാ. നടന്നു ക്ഷീണായി.''

''പഞ്ചായത്തിൽനിന്നും ആളു വന്നിരുന്നു. ഇനി പുഴയ്ക്ക് കുറുകെ വെറുതെ വള്ളം തുഴയരുതെന്ന് പറഞ്ഞിട്ട് പോയി. ഇനി അതിന്റെ ആവിശ്യമില്ലാത്രേ. ശിക്ഷിക്കാൻ ചട്ടമുണ്ട് പോലും.'' വൃദ്ധൻ അത് പറഞ്ഞിട്ട് നെഞ്ചുപൊട്ടവേ ചുമച്ചു. നിലാവെട്ടത്തിൽ വൃദ്ധന്റെ മുഖം കൂടുതൽ വ്യക്തമാകുന്നുണ്ടായിരുന്നു.

''മുറുക്കാൻ കടക്കാരൻ പറഞ്ഞത് ശരിയാണോ? പണ്ട് ഈ വള്ളത്തിൽനിന്നും ചാടി മരിച്ചത് മകനായിരുന്നല്ലേ?'' കുട്ടി ശബ്ദം താഴ്ത്തി ചോദിച്ചു.

നിലത്ത് വള്ളത്തിൽ നിരത്തിയിരുന്ന മരപ്പലകകളുടെ താഴെ കെട്ടിക്കിടന്ന വെള്ളം പലകകളുടെ ഇടയിലെ നേരിയ വിടവിൽ തിങ്ങി ശബ്ദമുണ്ടാക്കി.

കുട്ടി ഒരു നിമിഷം കണ്ണുകളടച്ചു. തളർന്നു കിടന്ന അച്ഛന്റെ ദൃഷ്ടികൾ കത്തിയമർന്ന കാടിന്റെയുള്ളിൽ അണയാതെ തിളങ്ങി ക്കിടന്ന കനലുകളെപ്പോലെ തന്നിലേക്ക് നീളുകയാണ്. ഓപ്പോളിന്റെ ശരീരം പുഴയിൽ പൊങ്ങിയെന്നു പറയാൻ ഓടിക്കിതച്ചെത്തിയ അലക്കുകാരനെ നോക്കിയ അതേ നോട്ടം. ചാലുകൾ വീഴ്ത്താതെ താടിരോമങ്ങളിലേക്ക് പടർന്നിറങ്ങിയ കണ്ണുനീരിൽ കുതിർന്ന ആ നോട്ടം ക്രമേണ ഭാരം താങ്ങി പറക്കുന്ന തുമ്പിയെന്നപോലെ കുട്ടിക്ക് ചുറ്റും വലം വെച്ചു. അത് താഴേക്ക് ചിറകൊടിഞ്ഞു വീഴുന്നതിനു മുമ്പ് അവൻ കണ്ണുകൾ തുറന്നു.

കുട്ടി പടിയിൽനിന്ന് മെല്ലെ എഴുന്നേറ്റ് തുഴഞ്ഞുകൊണ്ടിരുന്ന കടത്തുകാരന്റെ അടുത്ത് ചേർന്നിരുന്നു. പലകയ്ക്ക് താഴെ ചലിച്ചു കൊണ്ടിരുന്ന വെളുത്ത എട്ടുകാലി തന്റെ കാലുകളിലൂടെ ശരീര ത്തിലേക്ക് കയറുന്നതും ആ തരിപ്പ് ശരീരത്തിലെവിടെയോ വെച്ച് ഇല്ലാതാവുന്നതും കുട്ടി അറിഞ്ഞു.

കടത്തുകാരന്റെ നെഞ്ചോട് തല ചായ്ച്ച് അവൻ ശബ്ദം താഴ്ത്തി പറഞ്ഞു. ''നാളെ മുതൽ എന്റെ കൂടെ മില്ലിൽ വരാമോ? പൂമ്പാറ്റ കൾക്കായി ഞാനൊരു പൂന്തോട്ടമുണ്ടാക്കുവാ. നമുക്ക് അവിടെ

കുറെ പൂച്ചെടികൾ നടാം. അറിയാമോ... നമ്മുടെ സങ്കടം കളയാനാ ശലഭങ്ങൾ വരുന്നേ.''

വൃദ്ധൻ അത്ഭുതത്തോടെ കുട്ടിയെ നോക്കി. തുഴച്ചിൽ നിറുത്തി അയാൾ അവനെ മുറുക്കെ കെട്ടിപ്പിടിച്ച് മൂർദ്ധാവിൽ അമർത്തി ചുംബിച്ചു. ''നിനക്കത് പറയാൻ തോന്നീല്ലോ? ഞാൻ വരാം. പൂന്തോട്ട മുണ്ടാക്കാൻ... ഞാൻ വരാം...'' തന്റെ നിറഞ്ഞു തുളുമ്പിയ കണ്ണു കളിലേക്ക് താരാപഥത്തിൽനിന്നും അടർന്നുവീണ ഒരു കൂട്ടം നക്ഷത്ര ങ്ങൾ വർണ്ണശലഭങ്ങളായി പറന്നടുക്കുന്നത് അയാൾ കണ്ടു.

അവരെ തഴുകി അതുവഴി കടന്നുപോയ ഒരു തെന്നൽ തോണി യുടെ ചുടുനിശ്വാസങ്ങൾ ഏറ്റുവാങ്ങി നിശ്ശബ്ദം അകലെ എവിടെ നിന്നോ അവ്യക്തമായി കേട്ട തേങ്ങലിനെ ലക്ഷ്യമാക്കി നീങ്ങി. കുട്ടി ഒടിച്ചു കൊണ്ടുവന്ന ചെടിക്കമ്പിന്റെ തലപ്പിൽനിന്നും പുഴയി ലേക്ക് പൊഴിഞ്ഞു വീണ പൂവിന്റെ ഇതളിലേക്ക് വൃദ്ധന്റെ കണ്ണിൽ നിന്നും ഒരു തുള്ളി ഉതിർന്നു വീണു. മിഴിനീരിന്റെ തിളക്കവുമായി ആ പൂവ് വഞ്ചിയിൽ മെല്ലെ തലോടി വട്ടം തിരിഞ്ഞു നിലാവ് ഈറ നണിയിച്ച പുഴയിലെ ഓളപ്പരപ്പിൽ ആലോലം ഒഴുകി നീങ്ങുന്നുണ്ടാ യിരുന്നു.

■

# പ്രണയവർണ്ണങ്ങൾ

**ത**ന്റെ നഗ്നമായ ഉടൽ സൂക്ഷ്മതയോടെ ക്യാൻവാസിലേക്ക് പകർത്തുന്ന ചിത്രകാരനോട് അവൾ പറഞ്ഞു. ''തൊണ്ട വരളുന്നു. ഇനി അല്പം വെള്ളം കുടിച്ചിട്ട്?''

''കുറച്ചു കൂടി കാക്കൂ.'' ചിത്രത്തിൽനിന്നും മുഖമുയർത്താതെ ചിത്രകാരൻ പറഞ്ഞു. അവളുടെ കണ്ണുകളിൽ നിഴലിച്ച അസംതൃപ്തി തന്റെ പെയിന്റിംഗിനെ മികവുറ്റതാക്കുമെന്ന് അയാൾക്ക് ഉറപ്പുണ്ടായിരുന്നു.

കൈവിരലുകളിൽ മരവിപ്പനുഭവപ്പെട്ടപ്പോൾ ഘടികാരസൂചിയിലേക്ക് നോക്കിയിട്ട് അയാൾ സിഗരറ്റെടുത്ത് കത്തിച്ചു. കത്തിയമരുന്ന സിഗരറ്റിൽനിന്നും കണ്ണെടുക്കാതെ അയാൾ പറഞ്ഞു, ''അല്ലെ മതി. ഇനി നാളെയാക്കാം.''

അവൾ വിയർപ്പ് പൊടിയുന്ന തന്റെ മേനിയിലേക്ക് നോക്കി. ദീർഘനിശ്വാസത്തോടെ മെല്ലെ എഴുന്നേറ്റ് മുടി വാരിക്കെട്ടി മേശയിലിരുന്ന കൂജയിൽനിന്ന് ആർത്തിയോടെ വെള്ളം കുടിച്ചു.

ഭിത്തിയോട് ചാരി നിലത്തിരുന്ന ചിത്രകാരനോട് ഒട്ടിച്ചേർന്നിരുന്ന് അവൾ ചോദിച്ചു. ''എന്നെ ഇഷ്ടമല്ലേ? എന്താ ഒന്നും പറയാത്തത്?''

ആസ്വദിച്ചു പുക ഉള്ളിലേക്കെടുത്ത് അയാൾ പൂർത്തിയാകാത്ത ചിത്രത്തിലേക്ക് നോക്കി. പിന്നെ പ്രേമപാരവശ്യത്തോടെ തന്നോട് ചേർന്നിരുന്ന അവളെ നോക്കി പെയിന്റിംഗ് ബ്രഷ് കൈയിലെടുത്ത് അയാൾ പറഞ്ഞു, ''എനിക്ക് നിന്നോട് തോന്നുന്ന അനുരാഗം നിന്നിൽ മിന്നിമറയുന്ന അതിലോലമായ ഭാവവ്യതിയാനങ്ങൾ ഈ ബ്രഷിലേക്ക് ആവാഹിക്കുന്നതിന് തടസ്സമാകും. ഈ പെയിന്റിംഗിനെ ഉദാത്തമാക്കുന്നത് ഒരു ചിത്രകാരന് മാത്രം ദർശിക്കാനാവുന്ന നിന്നിലെ അപൂർണ്ണതകളാണ്. എന്റെ പ്രണയം നീ മഹനീയമാക്കുന്ന ഈ ചിത്രത്തോടു മാത്രമാണ്. ഒരു കലാകാരനെ നീ എന്നാണ്

മനസ്സിലാക്കുക? അവന്റെ ആത്മഹർഷങ്ങളും അന്തഃസംഘർഷങ്ങളും നിനക്ക് ഊഹിക്കാനാവില്ല.''

പാതിയടഞ്ഞ മിഴികൾ മെല്ലെ വിടർത്തി അവൾ ചിത്രകാരന്റെ കണ്ണുകളിലേക്ക് തുറിച്ചുനോക്കി. ആ കണ്ണുകളിൽ തന്റെ രൂപം വളരെ ചെറുതും വിരൂപവുമാണെന്ന് അവൾക്കു തോന്നി.

''എന്നിൽ നീ കണ്ടെത്തുന്ന ന്യൂനതകൾ എന്നിലെ പ്രണയത്തിന്റെ നിറഭേദങ്ങളാണെന്ന് നീ എന്താണ് തിരിച്ചറിയാത്തത്? ഞാൻ നോവിൽ പേറുന്ന കാർമേഘങ്ങളാണ് നിന്റെ ചിത്രങ്ങളിൽ മഴവില്ലായി തെളിയുന്നത്. നീ ചാലിക്കുന്ന വർണ്ണങ്ങളിൽ ലയിച്ച് ഞാൻ ഇല്ലാതാവുകയാണെന്ന് അറിഞ്ഞിട്ടും നിന്നെ ഞാൻ സ്നേഹിക്കുന്നു. പെണ്ണിനേയും അവളുടെ മിഴിനീരിൽ സ്ഫുടം ചെയ്തെടുത്ത പ്രണയത്തേയും തിരിച്ചറിയാനാവാതെ നിനക്കെങ്ങനെയാണ് ഒരു കലാകാരനാവാൻ കഴിയുക?''

ജനാലയിലൂടെ മിഴിനീട്ടിയ വെയിൽ, മുറിയിൽ നെടുനീളെ തീർത്ത വരയിൽ അയാൾ കത്തിത്തീരാറായ സിഗരറ്റ് കുത്തിക്കെടുത്തി.

അവൾ തുടർന്നു. ''എന്നിൽ നീ ദർശിക്കുന്ന കുറവുകൾ നിനക്കേകുന്ന ഉന്മാദം എനിക്ക് ഊഹിക്കാനാവും. അത് നിന്നിൽ കാമമായി കത്തിപ്പടരുന്നതും ഞാൻ അറിഞ്ഞതാണ്. എന്നിലെ പ്രണയഗർത്തങ്ങളുടെ ആഴങ്ങൾ നിനക്ക് സഞ്ചരിക്കാനായിരുന്നെങ്കിൽ... അത് നിന്നിലെ കലാകാരന്റെ ചേതനയെ എത്രയോ മടങ്ങ് ഉണർത്തിയേനേ.''

അവൾ മെല്ലെ എഴുന്നേറ്റ് മേശയിൽനിന്നും കൂജയെടുത്ത് ചിത്രകാരന്റെ അടുത്ത് കൊണ്ടുവെച്ചു. പിന്നെ ഒന്നും ഉരിയാടാതെ തറയിൽ നീണ്ടുനിവർന്നു കിടന്നു.

അവളുടെ ശരീരം പഴുത്ത വെയിൽപാളിയിലേക്ക് കൈ നീട്ടിയപ്പോൾ തന്റെ വിരലുകൾ ചൂടിനാൽ പൊള്ളുന്നത് ചിത്രകാരനറിഞ്ഞു. തൊണ്ട വരളുന്നപോലെ. അയാൾക്ക് അതുവരെ തോന്നാത്ത അതികലശലായ ദാഹം തോന്നി. കൂജയിൽനിന്ന് വെള്ളമെടുത്ത് കുടിച്ചിട്ട് പൂർത്തിയാകാത്ത ആ ചിത്രത്തിലേക്ക് അയാൾ നോക്കിയിരുന്നു, തന്റെ തൂലിക അവളുടെ മിഴികളിൽ നിറച്ച ദുഃഖത്തിന്റെ കറുപ്പിൽ ഗോചരമല്ലാത്ത പ്രണയത്തിന്റെ ആഴങ്ങൾ തേടി.

■

# തിരുശേഷിപ്പുകൾ

**അ**ന്ന് ഗോൾഫ് കോഴ്സിൽ തിരക്കു പതിവിലും കുറവായിരുന്നു. നേരം വൈകിയ വേളയിൽ നാലുപേർ മാത്രമേ അവിടെ ഉണ്ടായിരുന്നുള്ളൂ. ഭരണകൂടം നിർബന്ധമാക്കിയ ജാതിമതരാഷ്ട്രീയവർഗ്ഗ വിവരങ്ങൾ രേഖപ്പെടുത്തിയ ലോഹത്തകിട് അവർ ഓരോരുത്തരും അഭിമാനത്തോടെ ധരിച്ചിരുന്നു. അതിലൊരാൾ അവിടെ ഉയർന്നു നിന്ന പതാകയ്ക്ക് താഴെ ഒളിഞ്ഞിരുന്ന ചെറിയ കുഴിയിലേക്ക് മനസ്സാൽ ഉന്നംപിടിച്ച് ധ്യാനനിമഗ്നനായി അൽപ്പനേരം നിന്നു. പിന്നെ ഗോൾഫ് സ്റ്റിക് ഉയർത്തി മുട്ടക്കുരുവോളം മാത്രം വലിപ്പമുള്ള വെളുത്ത പന്തിൽ പ്രത്യേക താളത്തിൽ പതിയെ തട്ടി. പറ്റെ വെട്ടിയൊരിക്കിയ പുല്ലിനെ തഴുകി ആ പന്ത് പുൽനാമ്പുകളിൽ ഉറഞ്ഞുകൂടിയ മഞ്ഞുകണങ്ങളെ ഉടച്ചു മുന്നോട്ട് നീങ്ങി. അത് കുഴിക്കു ചുറ്റുമൊന്നു വലംവെച്ച് ഒരു ക്ഷണം അതിന്റെ വക്കിൽ മടിച്ചു നിന്നു. പിന്നെ മെല്ലെ താഴേക്ക് ഊർന്നുവീണു. കണ്ണെടുക്കാതെ അത് നോക്കിനിന്ന അയാളുടെ മുഖത്ത് ആത്മവിശ്വാസത്തിന്റെ ചിരി പടർന്നു. അയാൾ ഒരു നിമിഷം ആകാശത്തിലേക്ക് നോക്കി നെഞ്ചിൽ കൈവെച്ചു നിന്നു. കൈകൾ ഉയർത്തി മറ്റ് മൂന്നു പേരും അയാളെ പ്രോത്സാഹിപ്പിച്ചു.

''മതിയാക്കാം.'' അയാൾ പറഞ്ഞു. ഒന്നും ഉരിയാതെ അവരുടെ ഗോൾഫ് സ്റ്റിക്കും വലിയ തൂവാലയും ബാഗിലാക്കി അവർ പോകാൻ തയാറായി.

കളി നിറുത്തി പുൽത്തകടിയിലെ ചെരുവിലൂടെ നീണ്ട വലിയ ബാഗുകളും തൂക്കി നടന്നുപോയ അവരെ തഴുകി ഒരു തണുത്ത കാറ്റ് നിശ്ശബ്ദമായി കടന്നുപോയി. കാറ്റിന്റെ കുളിരിൽ മെയ് കുടഞ്ഞ് അവരിലൊരാൾ ആത്മഗതമെന്നപോലെ പറഞ്ഞു. ''ഹൊ... എന്തൊരു തണുപ്പ്.''

ആ കാറ്റ് കടന്നുപോയ ദിശയിലേക്ക് കണ്ണോടിച്ചുകൊണ്ട് അവരിലൊരാൾ താൻ പുതുതായി വാങ്ങിയ കാറിന്റെ ഉയർന്നു പറക്കാനുള്ള

സംവിധാനത്തെക്കുറിച്ച് വാചാലനായി. അതുവരെ മൗനമവലംബിച്ച ആ മൂവർസംഘത്തിലെ ചിന്തകനായ വ്യക്തി നടക്കുന്നതിനോടൊപ്പം കൈകൊണ്ട് തുടയിൽ താളം പിടിച്ചുകൊണ്ടിരുന്നു.

പതുക്കെ നടന്ന് അവർ ഗോൾഫ് കോഴ്സിന്റെ പുറംവാതിൽക്കലെത്തി. വഴിയിലൂടെ ഉച്ചത്തിൽ സൈറൻ മുഴക്കി കുറെ ആംബുലൻസുകൾ ചുവന്ന ട്രാഫിക് വിളക്കുകളെ കൂസാതെ തുടരെ അതിവേഗത്തിൽ കടന്നുപോയിരുന്നു. ഇത് കണ്ട് അവർ ഇക്കാലത്തെ അനിയന്ത്രിതമായ ശബ്ദമലിനീകരണത്തെച്ചൊല്ലി അന്യോന്യം പരാതി പറയുകയും ഭരണാധികാരികൾ ഇത് ശ്രദ്ധിക്കാത്തതിൽ രോഷാകുലനാവുകയും ചെയ്തു.

''ശ്ശോ... ഇന്നും താമസിച്ചല്ലോ.'' റോളക്സ് വാച്ചിലെ തിളങ്ങുന്ന വൈരക്കല്ലുകളിൽ നോക്കി അതിലൊരാൾ അക്ഷമയോടെ പറഞ്ഞു.

ഗേറ്റിനടുത്തെത്താറായപ്പോഴാണ് പുറത്തുനിന്ന് ഒരു മുറവിളി കേട്ടത്. വളരെ പെട്ടെന്നായിരുന്നു ഗേറ്റ് കടന്ന് അവരുടെ ഇടയിലേക്ക് ഒരു കറുത്ത കുറിയ മനുഷ്യൻ മുറിവേറ്റ മൃഗത്തെപ്പോലെ നിലവിളിച്ചുകൊണ്ട് ഓടി വന്നത്. അവരുടെ മുന്നിലെത്തിയപ്പോഴേക്കും അയാൾ കിതച്ചു താഴെ വീണു. അയാൾ ദയനീയമായി മൂളിക്കൊണ്ട് അവരുടെ മുഖത്തേക്ക് നോക്കി കൈകൂപ്പി. മുഷിഞ്ഞ വസ്ത്രങ്ങൾ ധരിച്ചിരുന്ന അയാൾ ഒരു തെരുവുഭ്രാന്തനെപ്പോലെ തോന്നിച്ചു. പെട്ടെന്ന് മുന്നിൽവന്ന ആ മനുഷ്യനെ അവർ ഉൽക്കണ്ഠയോടെ നോക്കി. പൊടുന്നനെയുള്ള അയാളുടെ വരവ് അവരെ പരിഭ്രാന്തരാക്കിയിരുന്നു.

''ചൂട്... ചൂട്... അയ്യോ...'' ആ മനുഷ്യൻ ചുറ്റും നോക്കി ഭ്രാന്തമായി പുലമ്പി. അയാൾ വേച്ച് വേച്ച് എഴുന്നേറ്റു നിൽക്കാൻ ശ്രമിച്ചു.

''ഇവറ്റകൾ ഇപ്പോഴുമുണ്ടോ? ചൂടുമരണങ്ങൾ ഇനിയും നിലച്ചില്ലേ?'' പുറകോട്ട് തെല്ല് മാറി അവരിലൊരാൾ ആത്മഗതമെന്നോണം പറഞ്ഞു.

ഇയാളെ ആരാണ് അകത്തേക്ക് കടത്തിവിട്ടതെന്നും ലേസർ സെക്യൂരിറ്റി ഗേറ്റ് കടന്നുവരാൻ ഇയാൾക്കെങ്ങനെ സാധിച്ചെന്നും അവരിലൊരാൾ പിറുപിറുത്തു.

കോളനികളിൽ മാത്രം പടർന്നുപിടിച്ച ചൂടുരോഗങ്ങൾ ആരംഭത്തിൽ രോഗികളുടെ ത്വക്കിൽ വസൂരിയെപ്പോലെയുള്ള കലകൾ വീഴ്ത്തുന്നു. പിന്നീട് ആ ശരീരത്തെ കുറേശ്ശെയായി ദ്രവിപ്പിക്കുന്നു. ഈ രോഗം ചില പ്രത്യേക വർഗ്ഗത്തിൽപെട്ടവരിൽ മാത്രമേ ബാധിച്ചിരുന്നുള്ളൂ. രോഗികളെ കൊന്നൊടുക്കിയതിലൂടെ ഈ

രോഗത്തെ ഇല്ലാതാക്കാൻ അധികാരികൾക്ക് കഴിഞ്ഞിരുന്നു. മറ്റ് ജനവിഭാഗങ്ങളിലേക്ക് ഇത് പടരാതിരിക്കാൻ അവർ പ്രത്യേക നടപടികൾ സ്വീകരിച്ചു. അവിശ്വാസികൾക്കുള്ള ദൈവശാപമാണ് ഈ ചൂടുരോഗമെന്നാണ് പൊതുസമൂഹം വിശ്വസിച്ചിരുന്നത്. ഗവൺമെന്റ് ഫണ്ടുപയോഗിച്ച് ലാബുകളിൽ രോഗഹേതുവായ രോഗാണുക്കളെ പ്രത്യേക ജനിതകഘടനയുള്ള ആളുകളെ ലക്ഷ്യം വെച്ചു സൃഷ്ടിച്ചതാണെന്നും ചില നവമാധ്യമങ്ങൾ റിപ്പോർട്ട് ചെയ്തിരുന്നു. ആ ജേർണലിസ്റ്റുകൾ ആകസ്മികയായി അപകടങ്ങളിൽപ്പെട്ട് മരണപ്പെടുകയും ആ സ്ഥാപനങ്ങൾ മുന്നറിയിപ്പൊന്നുമില്ലാതെ പൊടുന്നനവേ പൂട്ടിപ്പോവുകയുമാണുണ്ടായത്. ഈ രോഗം ഇല്ലാതായതോടെ ആളുകൾ ഇവയെപ്പറ്റി സംസാരിക്കാറായി.

അയാളുടെ ശരീരത്തിലുണ്ടായിരുന്ന ലോഹത്തകിടിലേക്ക് അവർ നോക്കി. അതിൽ അയാളുടെ മതവും രാഷ്ട്രീയവും അയാൾ താമസിക്കുന്ന കോളനിയും മറ്റും രേഖപ്പെടുത്തിയിരുന്നില്ല.

''നീ ആരാണ്, ഏതു മതവിശ്വാസിയാണ് നീ?'' അതിലൊരാൾ ചോദിച്ചു.

''എനിക്ക് മതമില്ല. അയ്യോ... കൊറച്ച് വെള്ളം തരാമോ?''

തന്റെ കൈയിലിരുന്ന കുപ്പിവെള്ളം മറച്ചുപിടിച്ചുകൊണ്ട് അവരിലൊരാൾ അയാളെ അവജ്ഞയോടെ നോക്കി. മൂന്നാമനാകട്ടെ മുഖം ചുളിച്ച് കൈയിലിരുന്ന ചതുരാകൃതിയിലുള്ള കാറിന്റെ താക്കോൽ കൊണ്ട് തന്റെ കടുംമഞ്ഞ സ്വെറ്റർ വെറുതെ തടവി.

അവരുടെ അടുത്തേക്ക് അപ്പോഴേക്കും ഒരു സെക്യൂരിറ്റി ജീവനക്കാരൻ ഓടി വന്നു. ജനവാസമില്ലാതായ കോളനിയിൽ കൂറ്റൻ ഷോപ്പിംഗ് കോംപ്ലെക്സ് പണിയാൻ മണ്ണ് മാന്തുമ്പോൾ ഒരു ഗർത്തം കണ്ടുവെന്നും അതിൽ ഒളിച്ചു ജീവിച്ച ഈ മനുഷ്യൻ അവിടെ നിന്നും ഓടി രക്ഷപ്പെട്ടതാണെന്നും സെക്യൂരിറ്റിക്കാരൻ പറഞ്ഞു.

അവരെ അതിശയപ്പെടുത്തിക്കൊണ്ട് ആ മനുഷ്യൻ തന്റെ ഓരോ വസ്ത്രവും ഒന്നൊന്നായി ഊരിയെറിയാൻ തുടങ്ങി. അയാളുടെ നഗ്നശരീരത്തിൽ ചൂട് കുരുക്കൾ വസൂരിപോലെ പടർന്നിരുന്നു. അവയിൽനിന്നും പൊട്ടി ചലം ഒഴുകുന്നുണ്ടായിരുന്നു. ധാരധാരയായി ഒഴുകിയ വിയർപ്പ് അവയെ ക്രമേണ മൂടി. അയാൾ തന്റെ ശരീരത്തോട് ഒട്ടിക്കിടന്ന അവസാനത്തെ അടിവസ്ത്രവും ഊരിയെറിഞ്ഞു.

അവർ അയാളുടെ ശരീരത്തിൽ എന്തെങ്കിലും ജാതിമതരാഷ്ട്രീയത്തിന്റെ അടയാളങ്ങൾ അവശേഷിച്ചിരുന്നോ എന്ന് തിരഞ്ഞു. അത്

കാണാതെ നിരാശരായി ആ നഗ്നമേനിയിലേക്ക് നോക്കിനിന്ന മൂവർക്കും നാണം തോന്നുകയും അറിയാതെ തന്നെ മറയ്ക്കപ്പെട്ട തങ്ങളുടെ നഗ്നശരീരത്തെക്കുറിച്ച് ബോധവാന്മാരാവുകയും ചെയ്തു.

പെട്ടെന്ന് ആ മനുഷ്യൻ കഠിനവേദനയാൽ പൊട്ടിപ്പൊട്ടിക്കരയുകയും കടവാവലെന്നപോലെ നിലത്ത് ചുരുണ്ടുകൂടിക്കിടന്ന് വളരെ ഉച്ചത്തിൽ അലറുകയും ചെയ്തു. അപ്പോഴേക്കും അയാളുടെ ശരീരമാകമാനം പൊള്ളി കുമളിച്ചിരുന്നു. പൊടുന്നനവേയാണ് അവരെ സ്തബ്ധരാക്കി ആ അത്ഭുതം സംഭവിച്ചത്. അയാളുടെ ശരീരത്തിൽ നിന്നും മൂടൽമഞ്ഞുപോലെ എന്തോ പുറത്തേക്ക് വമിച്ചു. ഉയർന്ന പുക ആ കുറിയ മനുഷ്യനെ മൂടി. അവ്യക്തമായി എന്തോ പുലമ്പി അയാൾ ഏങ്ങിക്കരയുന്നുണ്ടായിരുന്നു. അല്പ സമയത്തിനുള്ളിൽ ആ ശബ്ദവും കേൾക്കാതായി.

സ്തബ്ധരായി നിന്ന അവരുടെ മുന്നിൽനിന്നും പുകപടലങ്ങൾ പതിയെ മാഞ്ഞു. താഴെ വീണു വാവിട്ടുകരഞ്ഞ ആ മനുഷ്യനെ അവിടെ അവർക്ക് കാണാനായില്ല. അല്പസമയം സ്തബ്ധരായിനിന്ന മൂവരും അന്യോന്യം നോക്കിയിട്ട് നെടുവീർപ്പോടെ ദീർഘനിശ്വാസം വിട്ടു.

''ആവിയായിപ്പോയോ?'' മുകളിലേക്ക് ഉയരുന്ന പുകച്ചുരുളുകളിലേക്ക് തലയുയർത്തി നോക്കി അതിലൊരാൾ ചോദിച്ചു.

വേറൊരുവൻ പുച്ഛത്തോടെ പറഞ്ഞു. ''ശ്ശോ... തലയോട്ടിപോലും അവശേഷിച്ചില്ലല്ലോ.'' ആ വാക്കുകളിൽ നിരാശ പടർന്നിരുന്നു. താളം പിടിച്ചുകൊണ്ടിരുന്ന ചിന്തകൻ അപ്പോഴും മൗനത്തിന്റെ തോടുകളിൽ സുരക്ഷിതനായിരുന്നു.

''ഒരുപക്ഷേ സ്വതന്ത്രനായി ജീവിക്കാൻ ശ്രമിച്ച, തന്റെ സ്വത്വം ഉപേക്ഷിക്കാൻ തയ്യാറാകാത്ത അവസാന മനുഷ്യനാവും ഇയാൾ. വിഡ്ഢി! മതമോ രാഷ്ട്രീയമോ ഉണ്ടായിരുന്നെങ്കിൽ ഇവന് ഒരു രക്തസാക്ഷി പരിവേഷമെങ്കിലും കിട്ടിയേനെ.'' ആ മനുഷ്യന്റെ ബുദ്ധിശൂന്യതയെ അവരിലൊരാൾ പരിഹസിച്ചു. ജീവൻ വെടിഞ്ഞപ്പോൾ ഏതെങ്കിലും പ്രാർത്ഥനയോ സൂക്തമോ മുദ്രാവാക്യവുമോ അയാൾ ഉരുവിട്ടതായി അവർ കേട്ടില്ല. സ്വതന്ത്രനായി ജീവിച്ച് മരിച്ചതുകൊണ്ടുതന്നെ കിട്ടാമായിരുന്ന മോക്ഷപ്രാപ്തിക്ക് ആ മനുഷ്യൻ അർഹനല്ലന്നും അവർ അഭിപ്രായപ്പെട്ടു.

അന്തരീക്ഷത്തിൽ അലിഞ്ഞില്ലാതായ മനുഷ്യന്റെ തേഞ്ഞുതീരാറായ ചെരുപ്പും മുഷിഞ്ഞ വസ്ത്രങ്ങളും ഒന്നും രേഖപ്പെടുത്താത്ത തകിടും നിലത്ത് അനാഥമായി കിടന്നു. അത് തട്ടിയകറ്റാൻ തുനിഞ്ഞ സെക്യൂരിറ്റി ജീവനക്കാരനെ തടഞ്ഞുകൊണ്ട് ചിന്തകൻ

പറഞ്ഞു, ''വേണ്ട കളയേണ്ട. കാലം പിന്നീട് ഇവയ്ക്ക് വലിയ വിലയിട്ടേക്കാം. മതത്തിന്റെയും രാഷ്ട്രീയത്തിന്റെയും മറ്റ് സംഹിതകളുടെയും നിഴൽപ്പറ്റി ജീവിക്കാത്തവരുടെ ജീവിതവും അന്ത്യവും അതിദാരുണമായിരുന്നെന്ന് അടുത്ത തലമുറയും അറിയട്ടെ. ചരിത്രത്തെ സഹായിക്കാൻ നാം കടപ്പെട്ടവരല്ലേ. ആധികാരികമായ ചരിത്രരേഖകളില്ലാതെ ഒരു വിശ്വാസത്തിനും അതിജീവിക്കാനാവില്ലല്ലോ. അതുകൊണ്ടുതന്നെ ഇവയെ തിരുശേഷിപ്പുകളായി ഇനി ചരിത്രസ്മാരകങ്ങളിൽ സൂക്ഷിക്കാം.''

ഇതുകേട്ടുനിന്ന സെക്യൂരിറ്റി ജീവനക്കാരൻ ചോദിച്ചു. ''ഇയാൾ ഭൂമിതുരന്നുണ്ടാക്കിയ മാളത്തിൽനിന്നും മുഷിഞ്ഞ കുറെ വസ്ത്രങ്ങളും ചെരുപ്പും കിട്ടിയിട്ടുണ്ട്. അത് ഈ മനുഷ്യനോടൊപ്പം അവിടെ കഴിഞ്ഞ ഭാര്യയുടെയും കുട്ടിയുടേതുമാണെന്ന് തോന്നുന്നു. അതും സൂക്ഷിക്കേണ്ടതല്ലേ?''

ഘനീഭവിച്ച അവരുടെ മൗനത്തെ മുറിച്ചുകൊണ്ടു പൊടുന്നനവേ ഒരു ചൂടുകാറ്റ് ആ വഴി കടന്നുപോയി.

■

# ഇല പൊഴിക്കാത്ത മരങ്ങൾ

മലയോരത്തെ ആ വീടിനെപ്പെറ്റിയോ വീട്ടുടമസ്ഥനെപ്പറ്റിയോ അവിടെ താമസിക്കുന്നവർക്ക് കാര്യമായ അറിവുമുണ്ടായിരുന്നില്ല. ചുറ്റുമുള്ള മലനിരകളിൽ ഇടതൂർന്ന് വളരുന്ന മരങ്ങളിലെ ഇലകൾ ഹരിതനിറം വെടിഞ്ഞു കടും വർണ്ണമാകുന്ന ശിശിരകാലത്ത് മാത്ര മായിരുന്നു ആ വീട്ടുടമസ്ഥനെ വിരളമായെങ്കിലും അവർ അവിടെ കണ്ടിരുന്നത്. അയാളൊരു പ്രശസ്തനായ ചിത്രകാരനാണെന്നും ചിത്രങ്ങൾ വരയ്ക്കാനാണ് അവിടെ വന്നിരുന്നതെന്നുമുള്ള അറിവ് മാത്രമാണ് അയാളെക്കുറിച്ച് അവിടെ താമസിക്കുന്നവരിൽ ചിലർക്കെ ങ്കിലുമുണ്ടായിരുന്നത്.

ശിശിരകാലത്തെ ചില ദിനങ്ങളിൽ വെട്ടിയൊരുക്കിയ താടിയിൽ വിരലുകളോടിച്ചു മലഞ്ചെരുവിലെ ചെറിയ ഊടുവഴികളിലൂടെ മെല്ലെ നടന്നുപോകുന്ന മെലിഞ്ഞ ആ ചിത്രകാരനെ അവർ കണ്ടിരുന്നു. അയാൾ അവിടെയുള്ള ചെറിയ പാറക്കൂട്ടങ്ങളുടെ ഇടയിൽനിന്നും ഓറഞ്ചും ചുവപ്പും ഇടകലർന്ന് വർണ്ണാഭമായ മലകളിലേക്കും നീലാ കാശപ്പരപ്പിലൂടെ വട്ടമിടുന്ന പരുന്തുകളിലേക്കും നോക്കി സ്വയം മറന്ന് നിൽക്കുമായിരുന്നു. സൂര്യകിരണങ്ങൾ അരിച്ചിറങ്ങുന്ന ചില മധ്യാഹ്നങ്ങളിൽ മരങ്ങൾക്കിടയിലൂടെ വെറുതെ നടക്കുന്നത് കാണാം. അടിവാരത്തിലൂടെ ഒഴുകുന്ന അരുവിയുടെ സീൽക്കാരം കേട്ടുകൊണ്ട് നിലാവുള്ള ചില രാത്രികളിൽ ചിത്രകാരൻ ഏകനായി മലനിരകളി ലേക്ക് നോക്കി നിന്നിരുന്നു. രാത്രിയിൽ ആകാശത്തിൽ ചിതറി ക്കിടക്കുന്ന നക്ഷത്രങ്ങൾ ആ മലനിരകളെ നോക്കി കണ്ണ് ചിമ്മു ന്നത് ചിത്രകാരന് അനുഭൂതി പകരുന്ന കാഴ്ചയായിരുന്നു.

വർണ്ണപ്പട്ടുടുത്ത മലകളുടെ വശ്യഭംഗി കാണാൻ സ്വദേശികളും വിദേശികളുമായ അനേകം സന്ദർശകർ ആ കാലയളവിൽ ആ അമേരി ക്കൻ മലനിരകളിൽ എത്തിയിരുന്നു. എല്ലാക്കൊല്ലവും അതേസമയം അവിടെ സന്ദർശനത്തിനെത്തുന്ന ചിത്രകാരന് താനൊരുക്കുന്ന ചിത്രക്കൂട്ടുകൾക്ക് ആ ശിശിരകാലക്കാഴ്ചകൾ പ്രചോദനമായിരുന്നു.

ഇലകൾ പൊഴിഞ്ഞ് നഗ്നമാകുമ്പോഴും നഷ്ടപ്പെടലുകളിൽ ഒട്ടും ആശങ്കപ്പെടാത്ത മലനിരകൾ ആ ചിത്രകാരന്റെ ചിന്തകളെ ഉദ്ദീപിപ്പിച്ചു. ആ നിറങ്ങൾ പകരുന്ന സമ്മോഹിതഭാവങ്ങൾ അയാളുടെ ചിത്രങ്ങളിലും പ്രതിഫലിച്ചിരുന്നു. അതുകൊണ്ടുതന്നെയാണ് വർഷങ്ങളിലെ ഹ്രസ്വസന്ദർശനത്തിനായി മാത്രം അവിടെ വന്നിരുന്നുള്ളൂവെങ്കിലും തന്റെ ഉടമസ്ഥതയിലുള്ള ആ വീട് അയാൾ വിൽക്കാതിരുന്നത്. ചില വർഷങ്ങളിൽ ചിത്രകാരനോടൊപ്പം അയാളുടെ കൂട്ടുകാരിയും അവിടെ എത്തിയിരുന്നു. അപ്പോഴൊക്കെ രണ്ടു മാസത്തോളം അവിടെ തങ്ങി ശൈത്യകാലത്തിലെ ആദ്യ മഞ്ഞുവീഴ്ച കൂടി കണ്ടിട്ടാണ് അവർ മടങ്ങാറുള്ളത്. കൂട്ടുകാരിയെ സംബന്ധിച്ചിടത്തോളം അവരുടെ നിത്യജീവിതത്തിലെ നിറക്കൂട്ടുകളിൽ പ്രകൃതിയുടെ കരസ്പർശം അനുഭവിക്കുന്ന ദിനങ്ങളായിരുന്നു അത്.

ഈ വർഷവും ചിത്രകാരൻ ശിശിരകാലത്തിന്റെ ആരംഭത്തിൽ ത്തന്നെ അവിടെയെത്തി. തനിച്ചായിരുന്നതുകൊണ്ടുതന്നെ ചിത്രരചനയ്ക്കുള്ള കോപ്പുകൾ മാത്രമാണ് അദ്ദേഹം കൂടെ കരുതിയിരുന്നത്. അടുത്തുള്ള നഗരത്തിൽ നടക്കാനിരിക്കുന്ന ചിത്രപ്രദർശനത്തിന് കൂടുതൽ ചിത്രങ്ങൾ ഒരുക്കുന്നതിനുള്ള തയ്യാറെടുപ്പിലായിരുന്നു അയാൾ.

ഇതിനോടകം അദ്ദേഹത്തിന്റെ രേഖാചിത്രങ്ങളും പെയിന്റിംഗുകളും പ്രമുഖ കലാസദസ്സുകളിലും ബിനാലെകളിലും ചർച്ചചെയ്യപ്പെട്ടിരുന്നു. ഇരുളുനിറഞ്ഞ ലോകത്ത് പ്രകാശ കിരണങ്ങളാൽ ദീപ്തമാകുന്ന ജീവിതമായിരുന്നു അയാളൊരുക്കിയ ഓരോ ചിത്രങ്ങളും. ഓരോ കാഴ്ചയിലും ആ ചിത്രങ്ങൾ മൂകവേദനയും നൈരാശ്യവും കാഴ്ചക്കാരന് പകരുകയും പിന്നീട് നിശ്ശബ്ദം സാന്ത്വനമായി തലോടുകയും ചെയ്യുന്നുവെന്നാണ് ഒരു പ്രമുഖ അമേരിക്കൻ ആർട്ട് മാഗസിൻ അഭിപ്രായപ്പെട്ടത്. ചിലരാകട്ടെ, ഒരു പടികൂടി കടന്ന് അവയെ പ്രശസ്ത ഡച്ച് പെയിന്ററായ റെംബ്രാൻഡിന്റെ ചിത്രങ്ങളോട് ഉപമിച്ചു.

ഓരോ ചിത്രവും ഒരുക്കുന്നതിനു മുമ്പുള്ള തയ്യാറെടുപ്പുകൾ അയാൾ നടത്തിയിരുന്നു. ഫോണും ടിവിയും നിശ്ശബ്ദമാകുന്ന ദിനങ്ങൾ. ചിത്രം പൂർത്തിയാകുന്നതുവരെ മദ്യം പൂർണ്ണമായി ഒഴിവാക്കിയിരുന്നു. ആ സമയം ആഹാരംപോലും അയാൾ തീരെ കുറച്ചിരുന്നു. ആപ്പിളും ഓട്ട്മീലും മാത്രമായിരുന്നു ആ ദിനങ്ങളിലെ ഭക്ഷണം. ഈ ധ്യാനത്തിന്റെ നാളുകളിൽ ചായക്കൂട്ടുകളോട് മാത്രം അയാൾ നിരന്തരം കലപില കൂട്ടി. പലപ്പോഴും അതിന് കൂട്ടായി ബീഥോവന്റെയും മൊസാട്ടിന്റെയുമൊക്കെ സംഗീതം ആ മുറിയിൽ നിറഞ്ഞു.

അന്ന് വീടിന്റെ മുകളിലത്തെ നിലയിൽ കാൻവാസ് ഒരുക്കിക്കൊണ്ടിരുന്ന ചിത്രകാരൻ എന്തോ ശബ്ദം കേട്ടപ്പോൾ ജനലിലൂടെ താഴേക്ക് നോക്കി. താഴെ മുടി നരച്ച് പ്രായം തോന്നിച്ച മുതിർന്ന ഒരാളും കൗമാരപ്രായം മാത്രം തോന്നിച്ച ഒരു ചെറുപ്പക്കാരനും. വീടിനുചുറ്റും വളർന്നു നിൽക്കുന്ന പുല്ലുവെട്ടാനെത്തിയ മെക്സിക്കൻ വംശജരായ പണിക്കാരായിരുന്നു അവർ. മുൻവർഷങ്ങളിൽ ഒരിക്കൽപോലും ആ ചെറുപ്പക്കാരനെ ചിത്രകാരൻ അവിടെ കണ്ടിരുന്നില്ല. എല്ലാ വർഷവും അറ്റകുറ്റപ്പണികളുടെ കരാർ ഒപ്പിട്ട് അയച്ചുകൊടുക്കുന്നതല്ലാതെ ജോലിക്കാരെ അയാൾ നേരിട്ട് കാണുകയോ പരിചയപ്പെടുകയോ ചെയ്തിരുന്നില്ല.

പ്രായമുള്ളയാൾ ഒരു മുഷിഞ്ഞ ജീൻസും വട്ടക്കഴുത്തുള്ള വെള്ള ബനിയനുമാണ് ധരിച്ചിരുന്നത്. നരച്ച മുടി വെട്ടി ഒതുക്കിയിരുന്നു. ചെറിയ ചുളിവുകൾ വീണ മുഖത്ത് കുറ്റി താടി രോമങ്ങൾ വളർന്നിരുന്നു. അയാളുടെ ചെളിപിടിച്ച പഴയ ബൂട്ടിലെ കടും ചുവന്ന ചരടുകളിലൊന്ന് അഴിഞ്ഞുകിടന്നു. കൂടെ പണിക്ക് വന്നിരുന്ന ചെറുപ്പക്കാരന് കൗമാരക്കാരന്റെ പ്രായമേ തോന്നിച്ചിരുന്നുള്ളു. മീശ മുളച്ചുതുടങ്ങിയെങ്കിലും ആ ചെറുപ്പക്കാരന്റെ മുഖത്ത് കുട്ടിത്തം ഒളിച്ചിരുന്നു. കാൽമുട്ടു കവിഞ്ഞു കിടക്കുന്ന കാക്കി നിക്കറും കട്ടിയുള്ള നീല ഷർട്ടുമായിരുന്നു ചെറുപ്പക്കാരന്റെ വേഷം.

പ്രഭാതം മുതൽ ചായക്കൂട്ടുകളുടെ ലോകത്ത് തിരക്കിലായതുകൊണ്ട് എന്തോ കൗതുകം തോന്നി ചിത്രകാരൻ പുറംപണിക്കെത്തിയ അവരെത്തന്നെ ജനാലയിലൂടെ ഇമവെട്ടാതെ നോക്കിനിന്നു. ആ വീട്ടിലെ താമസക്കാരെ പൊതുവേ ആ ദിനങ്ങളിൽ പ്രതീക്ഷിക്കാതിരുന്നതുകൊണ്ടാവണം അവർ ആളൊഴിഞ്ഞ വീടായി കരുതി പതിവുപോലെ ജോലി ചെയ്തുതുടങ്ങി. വേനൽക്കാലം അവസാനിച്ചിരുന്നതുകൊണ്ട് പുല്ലുകളുടെ വളർച്ച കുറഞ്ഞിരുന്നു. പ്രായമുള്ള മനുഷ്യൻ പുല്ലുവെട്ടുന്ന യന്ത്രം പ്രവർത്തിപ്പിച്ച് വീടിന് ഒരു വശത്തുനിന്നും പുല്ലു വെട്ടിത്തുടങ്ങി. ചെറുപ്പക്കാരനാകട്ടെ കൈയിൽ പിടിച്ച് കൊണ്ടു നടക്കാവുന്ന വീഡ്കട്ടർ എന്ന ചെറിയ മെഷീൻ കൊണ്ട് വീടിനോടും മരങ്ങളോടും ചേർന്ന് വളർന്ന് നിൽക്കുന്ന പുല്ല് വെട്ടി ഒതുക്കി. പ്രവർത്തിക്കുമ്പോൾ ചെവിയടപ്പിക്കുന്ന ശബ്ദമാണ് അതിനുണ്ടായിരുന്നത്. പണിചെയ്തിരുന്ന സമയത്തൊന്നും അവർ പരസ്പരം സംസാരിക്കുകയോ അന്യോന്യം നോക്കുകയോ ചെയ്തിരുന്നില്ല.

ചിത്രകാരൻ നിശ്ശബ്ദം രണ്ടാംനിലയിലെ മുറികളിലൂടെ അവരെ പിന്തുടർന്നു. അവരുടെ ഓരോ പ്രവർത്തികളും അയാൾ ഒരു കുട്ടിയുടെ

കൗതുകത്തോടെ നോക്കിനിന്നു. ആ ഉയരക്കാഴ്ചകൾ ചിത്രരചനയുടെ തിരയിളക്കങ്ങൾ ചിത്രകാരന്റെ മനസ്സിന്റെ ചുവരുകളെ ചലിപ്പിച്ചു.

ഒരു പ്രത്യേക രീതിയിൽ കോണോടുകോണായായിരുന്നു പ്രായമുള്ള ആ മനുഷ്യൻ പുല്ലുവെട്ടിയിരുന്നത്. അതുകൊണ്ട് പുല്ലുവെട്ടിയ സ്ഥലമത്രയും പ്രത്യേക രീതിയിൽ ചിത്രപ്പണിയാൽ തുന്നിയതുപോലെ മനോഹരമായിരുന്നു.

വേഗത്തിൽ ചെറുപ്പക്കാരൻ വീടിനോട് ചേർന്ന് ഉയർന്നുനിന്ന പുല്ലുകൾ വെട്ടിയൊതുക്കി. ഒട്ടും വൈകാതെ അരികു വെട്ടുവാൻ ഉപയോഗിച്ച മെഷീൻ വഴിയുടെ ഓരത്തു നിറുത്തിയിട്ടിയിരുന്ന പഴയ ട്രക്കിനോട് ഘടിപ്പിച്ചിരുന്ന ട്രോളിയിൽ കൊണ്ടുപോയി വെച്ചു. തിരിച്ചു വന്നപ്പോൾ വണ്ടിയിൽനിന്നും പെയിന്റും അത് പൂശാനുള്ള ബ്രഷുകളുമടങ്ങിയ ട്രേയുമായി വന്നു. വീടിനു പുറകിലുള്ള വലിയ മരത്തിന്റെ ചുറ്റും കെട്ടിയിരുന്ന അരഭിത്തിയിൽ വെച്ചു. നേരത്തെ തന്നെ പെയിന്റടിക്കുവാൻ പാകത്തിന് ആ അരഭിത്തി വൃത്തിയാക്കി ഇട്ടിരുന്നപോലെ തോന്നി. ഒരുപക്ഷേ ആ ചെറുപ്പക്കാരൻ കഴിഞ്ഞ വരവിൽ ഇതിനായി അവിടെയൊരു കാൻവാസ് ഒരുക്കിയതാവണം.

യുവാവിന്റെ ഓരോ ചലനവും രണ്ടാംനിലയിലെ ജനൽപാളികളിലൂടെ ചിത്രകാരൻ കണ്ണെടുക്കാതെ ശ്രദ്ധിച്ചുകൊണ്ടിരുന്നു. പല പാത്രങ്ങളിൽനിന്നും പെയിന്റ് ഒഴിച്ച് മറ്റൊരു പാത്രത്തിൽ കൂട്ടി കൂടെ പൊതിഞ്ഞു കൊണ്ടുവന്ന ബ്രഷ് മുക്കി ആ ചെറുപ്പക്കാരൻ വൃക്ഷത്തിന് ചുറ്റുമുള്ള അരഭിത്തിയിൽ ചിത്രം വരയ്ക്കാൻ തുടങ്ങി. അടുത്ത് നിന്ന ചെടിയുടെ നിറം മാറിയ ഇലകളിലൊന്നു പറിച്ചെടുത്ത് അതിൽ സൂക്ഷ്മം ചെറിയ ബ്രഷുകൊണ്ട് ആ ചായം പൂശി. അതിനുശേഷം ആ ഇലയിൽതന്നെ കുറെ നേരം നോക്കിയിരിക്കുകയും ചെയ്തു. പിന്നീട് അതിസൂക്ഷ്മം ആ ചായം ഭിത്തിയിൽ അടിച്ചു. അവിടെ വരച്ചുതീർത്ത ഇലകൾക്ക് ശിശിരകാലത്തെ നിറം മാറിയ ഇലകളോട് അത്ഭുതകരമായ സാമ്യം ഉണ്ടായിരുന്നു. ചായം ഉണങ്ങും തോറും ആ സമാനത കൂടി വന്നു. ആ ഇലയ്ക്ക് പുറകിലായി മലനിരകളെ വരച്ചു ചേർത്തു. കൂടെ രണ്ട് കണ്ണുകളും. ഒരു പ്രതീകമെന്നപോലെ അതിന്റെ അരികിലായി വേനൽക്കാലത്തെ പച്ചപ്പ് നിറഞ്ഞ ഇലയേയും അയാൾ വരച്ചു. വളരെ സൂക്ഷ്മതയോടെയായിരുന്നു ബ്രഷിൽ ചായം മുക്കി ചെറുപ്പക്കാരൻ ആ ചിത്രം വരച്ചത്. ഇതിനിടയ്ക്ക് തലയുയർത്തി ചെറുപ്പക്കാരൻ മരങ്ങളെ നോക്കുന്നുണ്ടായിരുന്നു.

മുതിർന്നയാൾ പണി കഴിഞ്ഞ് ചെറുപ്പക്കാരന്റെ അരികിലെത്തി. ചിത്രം വരച്ചുകൊണ്ടിരുന്ന ചെറുപ്പക്കാരന്റെ പുറകിലായി ചിത്രം

വരച്ചു പൂർത്തിയാക്കുന്നത് വരെ ഒന്നും മിണ്ടാതെ നിന്നു. പിന്നീട് ചായം തേച്ച അരഭിത്തിയിലോട്ടു നോക്കി ചെറുപ്പക്കാരന്റെ അരികിലേക്ക് നീങ്ങി നിന്നുകൊണ്ട് എന്തോ പറഞ്ഞയാൾ ചിരിച്ചു. പിന്നെ മെല്ലെ ചെന്ന് ചെറുപ്പക്കാരന്റെ പുറത്തു തട്ടി. ഇതൊന്നും ശ്രദ്ധിക്കാതെ യുവാവിന്റെ കണ്ണുകൾ താൻ വരച്ച ചിത്രത്തിലായിരുന്നു.

അല്പനേരം കഴിഞ്ഞ് അവർ പോയിട്ടും രണ്ടാം നിലയിൽ നിന്നുകൊണ്ട് ചിത്രകാരൻ ചെറുപ്പക്കാരൻ വരച്ച ചിത്രത്തെ നോക്കി അതിശയത്തോടെ നിന്നു.

ആ മെക്സിക്കൻ പണിക്കാരുടെ രൂപവും അംഗചലനങ്ങളുമായിരുന്നു ചിത്രകാരന്റെ മനസ്സിൽ. ജോലിക്കായി വീണ്ടുമെത്തുമ്പോൾ അവരെ ഒന്ന് ആശ്ചര്യപ്പെടുത്തണമെന്നു ചിത്രകാരന് തോന്നി. തുടർന്നുള്ള ഒന്ന് രണ്ടു ദിനങ്ങളിൽ അയാൾ യാതൊന്നും ചെയ്തിരുന്നില്ല അവരിൽ എന്തോ നിഗൂഢത ഒളിച്ചിരിക്കുന്നതായി അയാൾക്ക് തോന്നി. തന്റെ ബ്രഷുകൾക്ക് നീതിപുലർത്താനാവുമോയെന്ന് അദ്ദേഹം ഭയന്നു. ഒരുപക്ഷേ ആദ്യമായിരുന്നു ഇതുപോലെ ഒരു ആത്മവിശ്വാസക്കുറവ് അദ്ദേഹത്തിന് അനുഭവപ്പെട്ടത്.

പിറ്റേന്ന് അയാൾ കാൻവാസ് ഒരുക്കി ചായം കൂട്ടി. ഒരാഴ്ച കൊണ്ട് തനിക്കു പൂർണ്ണ സംതൃപ്തിയേകിക്കൊണ്ട് ചിത്രകാരൻ ആ ചിത്രം പൂർത്തിയാക്കി. താനൊരുക്കിയ ചിത്രം പണിക്കാർ ഇനി വരുമ്പോൾ അവരെ കാണിക്കണമെന്ന് നിശ്ചയിച്ചു.

അന്ന് രാത്രിയിൽ മൂന്നു പെഗ് വോഡ്ക കുടിച്ചുകൊണ്ട് ചിത്രകാരൻ ആ ചിത്രത്തെ നോക്കി സോഫയിൽ ചാരിക്കിടന്നു.

രണ്ടാഴ്ചകൾക്കുശേഷം എന്തുകൊണ്ടോ പതിവിനു വിപരീതമായി അന്ന് പുറംജോലിക്കായി അവരിൽ രണ്ടാഴ്ച മുമ്പെത്തിയ ചെറുപ്പക്കാരൻ മാത്രമാണ് വന്നത്. മുതിർന്നയാൾ അന്ന് എത്താത്തതിൽ ചിത്രകാരന് നിരാശ തോന്നി. പ്രായമുള്ള മനുഷ്യന്റെ കണ്ണുകളിലെ തിളക്കം താൻ വരച്ച ചിത്രത്തിൽ പുനഃസൃഷ്ടിക്കുവാൻ കഴിഞ്ഞെന്ന് അയാൾ കരുതിയിരുന്നു. അത് കാണുമ്പോൾ അയാളുടെ കണ്ണുകളിൽ അലയടിക്കുന്ന തിരകൾ നേരിൽ കാണുവാൻ ചിത്രകാരൻ ആഗ്രഹിച്ചു.

ചെറുപ്പക്കാരൻ ഇപ്രാവശ്യം പൊഴിഞ്ഞു വീണ ഇലകൾ വാരിക്കളയാനായിരുന്നു എത്തിയത്. കൈയിലിരുന്ന ബ്ലോവർ പ്രവർത്തിക്കുമ്പോൾ ഉണ്ടാകുന്ന ശക്തമായ കാറ്റുകൊണ്ടു വളരെ വേഗം അയാൾ പൊഴിഞ്ഞു തുടങ്ങിയ ഇലകൾ വീടിനു പുറകിലുള്ള മരങ്ങൾക്കിടയിലേക്ക് പറപ്പിച്ചുകളഞ്ഞു. വീട്ടിൽ ആരുടെയും സാന്നിധ്യം പ്രതീക്ഷിക്കാത്തതുകൊണ്ടാവണം തന്റെ ജോലിക്കിടയിൽ ഒരിക്കൽ പോലും അയാൾ തലയുയർത്തി വീട്ടിലേക്കു നോക്കുകയുണ്ടായില്ല.

വീടിന്റെ പുറകുവശത്ത് താൻ ചായമടിച്ച അരഭിത്തിയിലെത്തിയപ്പോൾ പണി നിർത്തി കുറെ സമയം കൈ രണ്ടും കോർത്ത് തലയ്ക്കു പുറകിൽ വെച്ച് ചെറുപ്പക്കാരൻ അതിൽതന്നെ നോക്കി നിന്നു. താൻ അരഭിത്തിയിൽ വരച്ച ചിത്രത്തിലേക്കും ചുറ്റും പടർന്നു നിന്ന മരങ്ങളിലേക്കും ആ ചെറുപ്പക്കാരൻ മാറി മാറി നോക്കി. ചിത്രകാരൻ ആ ചെറുപ്പക്കാരന്റെ ഓരോ ചലനവും നോക്കി വീടിനുള്ളിൽ നിന്നു.

ചിത്രകാരൻ പുറത്തിറങ്ങി പണി ഒതുക്കി പോകാൻ തുടങ്ങിയ ചെറുപ്പക്കാരനെ കതകു തുറന്നു വിളിച്ചു. പ്രതീക്ഷിക്കാതെ വീട്ടുടമസ്ഥനെ കണ്ട ചെറുപ്പക്കാരന്റെ മുഖത്ത് പരിഭ്രമം കാണാമായിരുന്നു. ചിത്രകാരൻ യുവാവിനെ അകത്തേക്ക് ക്ഷണിച്ചു. തെല്ല് പകച്ച ചെറുപ്പക്കാരന്റെ മിനുസമാർന്ന കവിളിൽ ചുവന്ന് തുടുത്ത ഒരു മുഖക്കുരു പോട്ടാറായി നിന്നിരുന്നു. വീടിനുള്ളിലേക്ക് മടിച്ചു മടിച്ചു കടന്നു വന്നപ്പോൾ ആ നെറ്റിയിൽ ചോദ്യങ്ങൾ വരകളായി തെളിഞ്ഞു.

‘‘കുടിക്കാൻ എന്തെങ്കിലും?’’ ചിത്രകാരൻ ചോദിച്ചു.

ഒന്നും വേണ്ട എന്ന അർത്ഥത്തിൽ യുവാവ് തലയാട്ടി.

മുറിയുടെ ചുവരുകളിൽ നിറഞ്ഞിരിക്കുന്ന പെയിന്റിംഗുകൾ കണ്ട് ആ ചെറുപ്പക്കാരന്റെ കണ്ണുകൾ വിടർന്നു. ഓരോ ചിത്രങ്ങളുടെയും അരികിലേക്ക് അയാൾ മാറി ശ്രദ്ധാപൂർവ്വം നോക്കിനിന്നു. ഓരോ ചിത്രങ്ങളോടും അയാൾ സംവേദിക്കുന്നതായി ചിത്രകാരന് തോന്നി. ആ മുഖത്തെ പേശികൾ വലിഞ്ഞു മുറുകുകയും സംഗീതം കേട്ടാലെന്നപോലെ സ്പന്ദിക്കുകയും ചെയ്തു. ഈ സമയമെല്ലാം ആ ചെറുപ്പക്കാരൻ ഒരു പ്രത്യേക താളത്തിൽ വിരലുകൾ ചലിപ്പിച്ചുകൊണ്ടിരുന്നു. ഓരോ ചിത്രം കാണുമ്പോഴും ആ കണ്ണുകൾ വികസിക്കുകയും പിന്നെ ചെറുതാവുകയും ചെയ്തു.

ആ ചിത്രങ്ങൾക്ക് മുൻപിൽ ചെറുപ്പക്കാരൻ സ്വയം മറന്നു നിന്നു. നിലാവ് പുതച്ച സന്ധ്യയിൽ കാറ്റിലാടുന്ന മരങ്ങൾക്ക് മുകളിൽ വട്ടമിട്ടു പറക്കുന്ന പരുന്തുകൾ, കാട്ടുചോലയിൽ കണ്ണാടി നോക്കുന്ന മെല്ലിച്ച പെൺകുട്ടി, മരങ്ങൾക്കിടയിൽ അരിച്ചിറങ്ങുന്ന സൂര്യകിരണങ്ങളിൽ വെയിലുകായുന്ന മാൻപേടകൾ, ഡാൻസ് ഹാളിലെ തിരക്കിൽ അന്യോന്യം കണ്ണിൽ നോക്കി നൃത്തം ചെയ്യുന്ന നിരാശരായ യുവമിഥുനങ്ങൾ, മരച്ചോട്ടിലിരുന്നു മുലപ്പാൽ കൊടുക്കുന്ന അമ്മയ്ക്ക് നേരെ ശിഖരത്തിനുള്ളിൽനിന്നും തലനീട്ടുന്ന കരിമൂർഖൻ.

‘‘ഇവിടെ കാലങ്ങൾ നിശ്ശബ്ദമായി ചിതറിക്കിടക്കുന്നു.’’ ചെറുപ്പക്കാരൻ പിറുപിറുത്തു. ഓരോ ചിത്രത്തിൽനിന്നും ആ കണ്ണുകളിലേക്ക് പ്രകാശം നിറഞ്ഞുകൊണ്ടിരുന്നു.

അകത്തെ മുറിയിൽനിന്നും നിറചിരിയോടെ ചിത്രകാരൻ കട ലാസിൽ പൊതിഞ്ഞ ആ ചിത്രവുമായി വന്നു. ചുമരിലെ ചിത്രങ്ങൾ കണ്ടു മതിമറന്നു നിന്ന ചെറുപ്പക്കാരന്റെ മുൻപിലേക്ക് താൻ തയ്യാ റാക്കിയ ചിത്രം പതിയെ വെച്ചു.

''ഇതാ ഇത് നോക്കൂ.'' മുഖത്തെ ചിരി മാറാതെ തന്നെയാണ് അയാൾ അത് പറഞ്ഞത്. പൊതിഞ്ഞിരുന്ന കടലാസു മാറ്റി അയാൾ ചിത്രം നിലത്ത് ഭിത്തിയോടു ചാരി വെച്ചു.

ജിജ്ഞാസയോടെ ചിത്രകാരൻ യുവാവിന്റെ മുഖത്തേക്ക് നോക്കി. മത്സരത്തിനായി തുടക്കത്തിൽ മുന്നോട്ടു കുതിക്കാൻ തയ്യാറായി നിൽക്കുന്ന ഓട്ടക്കാരനെപ്പോലെ കുനിഞ്ഞു രണ്ടു കൈയും നിലത്ത് കുത്തി എകാഗ്രതയോടെ ചെറുപ്പക്കാരൻ ആ ചിത്രത്തിന് മുൻപിൽ കുനിഞ്ഞു നിന്നു.

ആ പെയിന്റിംഗിലെ ഓരോ ചായക്കൂട്ടിലേക്കും ഒരു കുട്ടിയെ പ്പോലെ അയാൾ നോക്കി. അതിൽ മുതിർന്ന ആളു പുല്ലുവെട്ടുന്നതും ചിത്രം വരച്ച അരഭിത്തിയിലിരുന്ന് ചെറുപ്പക്കാരൻ അത് നോക്കി യിരുക്കുന്നതുമായ ചിത്രമായിരുന്നു. പശ്ചാത്തലത്തിലാകട്ടെ നിറം മാറിയ ഇലകൾ പൊഴിഞ്ഞുതുടങ്ങിയ ഇരുണ്ട വൃക്ഷങ്ങളും.

ചെറുപ്പക്കാരൻ ചിത്രത്തെയും ചിത്രകാരനെയും മാറി മാറി നോക്കി. അവിശ്വാസം അയാളുടെ മുഖത്ത് ചില ചുളിവുകൾ തീർത്തു.

''ഡാഡ്? മുകളിൽനിന്നും ഞാൻ അദ്ദേഹത്തെ കണ്ടിട്ടില്ല.'' ചെറുപ്പക്കാരൻ മുറിഞ്ഞ ഇംഗ്ലീഷിൽ പിറുപിറുത്തു.

''ഓ... അത് പിതാവായിരുന്നോ?'' ചിത്രകാരൻ അതിശയം മറച്ചു വെക്കാതെ ചോദിച്ചു.

ചിത്രത്തിൽ ഡാഡ്, ആത്മാവ് നഷ്ടമായ ശരീരവുമായി അല യുന്ന ഒരു മനുഷ്യനായി ആ മകന് തോന്നി. നിരാശയുടെ കാർ മേഘങ്ങൾ ചെറുപ്പക്കാരന്റെ മുഖത്ത് ഉരുണ്ടുകൂടുന്നത് ചിത്രകാരൻ കണ്ടു.

ചിത്രകാരൻ ഒന്ന് പകച്ചു. ആ ചിത്രത്തിലേക്ക് അയാൾ സൂക്ഷിച്ചു നോക്കി. അമേരിക്കയിലും യൂറോപ്പിലുമൊക്കെ ആരാധകരേറെ യുണ്ടായിരുന്ന തന്റെ ചിത്രങ്ങളെപ്പറ്റി അതുവരെ കേട്ടിരുന്ന പ്രശംസാ വചനങ്ങൾ അയാൾ ഒരു നിമിഷം മറന്നു.

ചെറുപ്പക്കാരൻ ആ ചിത്രത്തിൽനിന്നും കണ്ണുകൾ പറിച്ചില്ല. പിന്നീട് എന്തോ ബാഹ്യപ്രേരണയാലെന്നപോലെ അടുത്തു വെച്ചി രുന്ന ചായക്കൂട്ടിനടുത്ത് വെച്ചിരുന്ന ബ്രഷ് കൈയിലെടുത്തു. അയാ ളുടെ കൈകൾ ചെറുതായി വിറയ്ക്കുന്നുണ്ടായിരുന്നു. ഒരു നിമിഷം

അയാൾ കണ്ണുകൾ അടച്ചു. പിന്നീട് ബ്രഷ് ചായത്തിൽ മുക്കി ആ ചിത്രത്തിലെ പിതാവിന്റെ വിയർപ്പ് നിറഞ്ഞ മുഖത്ത് ചെറുതായി രണ്ടു വരകൾ വരച്ചു.

അച്ഛന്റെ ആത്മപ്രകാശനത്തിനു പുത്രന്റെ സ്നേഹാദ്രമായ സ്പർശനം!!!

ചിത്രകാരന് അതൊരു പുതിയ അനുഭവമായിരുന്നു. ആരും അതുവരെ അയാളുടെ ചിത്രങ്ങളെ മാറി നിന്ന് കൺകുളുർക്കെ കാണുകയും അനുമോദിക്കുകയും മാത്രമേ ചെയ്തിരുന്നുള്ളൂ. അതുവരെ ആരും അദ്ദേഹത്തിന്റെ മുന്നിൽ വെച്ച് അദ്ദേഹം വരച്ച ചിത്രത്തിൽ സ്പർശിക്കാൻ തുനിഞ്ഞിരുന്നില്ല.

ചെറുപ്പക്കാരൻ രണ്ടു മിനിട്ടോളം ആ പെയിന്റിങ്ങിൽ യാതൊന്നും ഉരിയാടാതെ നോക്കിയിരുന്നു. പിന്നീട് ഒന്നും മിണ്ടാതെ മുറിയിൽ നിന്നും പുറത്തേക്ക് ഇറങ്ങി നടന്നു.

ചെറുപ്പക്കാരൻ കതകു തുറന്നു പുറത്തേക്ക് പോയപ്പോൾ ആ ഒരു തണുത്ത കാറ്റ് മുറിക്കുള്ളിലേക്ക് കടന്നുവന്നത് ചിത്രകാരൻ അറിഞ്ഞു.

പോളീഷ് ചെയ്തു തിളക്കമാർന്ന മരത്തടികൾ പാകിയ നിലത്ത് കിടന്ന് ചിത്രകാരൻ അന്നാദ്യമായി താൻ വരച്ച ചിത്രങ്ങളെ നോക്കി കിടന്നു. ആ ചിത്രങ്ങളിൽ പലതും അപൂർണ്ണമാണെന്നും ചില വരകൾക്കായി അവ കാക്കുന്നുമെന്നും അയാൾക്ക് തോന്നി.

പിന്നീട് മെല്ലെ എഴുന്നേറ്റു പാലറ്റിൽ ചായക്കൂട്ടൊരുക്കി വീടിനു പുറകിലേക്ക് നടന്നു. വീടിനു പുറകിലുള്ള വലിയ മരത്തിന്റെ താഴെ അരഭിത്തിയിൽ ചെറുപ്പക്കാരൻ വരച്ച ചിത്രത്തിലേക്ക് നോക്കി ഒരു നിമിഷം നിന്നു. പിന്നീട് പൊഴിഞ്ഞു കിടന്ന ഒരു ഉണങ്ങിയ ഇലയെടുത്ത് കൈയിൽ പിടിച്ചു. ചെറുപ്പക്കാരൻ അരഭിത്തിയിൽ വരച്ച പച്ച ഇലയുടേയും കടുംവർണ്ണങ്ങൾ നിറഞ്ഞ ഇലയുടെയും അടുത്തായി ആ ഉണങ്ങിയ ഇലയുടെ ചിത്രം ചിത്രകാരൻ വരച്ചു ചേർത്തു.

പിന്നീട് പതുക്കെ എഴുന്നേറ്റ് ആ മലയോരത്തിലൂടെ നടന്നു. താഴെ ചായം വിതറിയപോലെ വീണുകിടന്ന റെഡ് മേപ്പിൾ ഇലകളെ ചവുട്ടി ചിത്രകാരൻ മലയിലെ ഊടുവഴികളിലൂടെ അടിവാരത്തേക്ക് നടന്നു, ഇനിയും നിറം മാറാത്ത, ഇല പൊഴിക്കാത്ത മരങ്ങൾ തേടി...

■